திருத்தொண்டர் வரலாறு

(சுருக்கம்)

பேராசிரியர் க. வெள்ளைவாரணனார்

Title: Thiruthondar Varalaru

Author: K. Vellaivaranar

Language: Tamil

First Published on: 1986

Year of Publication: 2025

Book Format: Paperback

*Page Size: 6inch * 9inch*

Category: Religious

Subject: Religious Biography

No. of pages: 126

ISBN: 978-81-999253-8-0

Published by: Nilan Publishers, Madurai, Tamilnadu, India

பொருளடக்கம்

குறிப்புகளுக்காக

காணிக்கை

திருவாரும் பெருந்துறையிற் சிவபெருமான்
குருவாகிச் செப்பும் வாய்மை
உருவாரும் வாசகத்தால் உணர்த்தியருள்
வாதவூ ரடிகள் செய்ய
மருவாரும் மலரடிசேர் அரிமழும் அண்ணாமலையாம்
வள்ளல் எங்கள்
குருவாகும் அவர்க்குரிமை திருத்தொண்டர்
வரலாறு கூறும் இந்நூல்.

மணமக்கள் வாழ்த்து

பெருந்துறையில் திருமுறையின் னிசைபயிற்றும்
கலைக்கூடம் நிறுவிப்பேணி
இருந்துபயில் மாணவர்கட் கினிய உண்டி
உறையுள் உடை எல்லாம் ஈந்தே
அருந்தமிழ்மா மறைவளர்த்த அரிமழம் அண்ணாமலையார்
மரபில் வந்த
பெருந்திருவாம் செல்லமுடன் மணமகனார்
மாணிக்கம் பெட்பின் வாழ்க.

பதிப்புரை

சுந்தரமூர்த்தி நாயனார் பாடியருளிய திருத்தொண்டத் தொகைத் திருப்பதிகத்திற் போற்றப் பெறும் சிவனடியார்களின் வரலாறுகளைத் திருநாரையூரிற் பொல்லாப் பிள்ளையார் அருள்பெற்ற நம்பியாண்டார் நம்பிகள் திருத்தொண்டர் திருவந்தாதி என்னும் நூலில் வகைப் படுத்திக் கூறினார். குன்றத்தூரில் தோன்றிச் சோழ மன்னனுக்கு அமைச்சராயிருந்த அருண்மொழித்தேவர் அவ்வரலாறுகளைத் திருத்தொண்டர் புராணமென்னும் வரலாற்றுக் காப்பியமாக விரித்துப் பக்திச் சுவை நிரம்பப் பாடியருளினார். சேக்கிழார் அருளிய இப் பெரியபுராணக் காப்பியத்தில் விரித்துரைக்கப் பெறு அடியார் வரலாறுகளைச் சுருக்கிக் கூறும் முறையில் கொற்றவன்குடி உமாபதி சிவாசாரியார் திருத்தொண்டர் புராண சாரம் என்ற நூலை இயற்றியருளினார்,

மேற்கூறிய நூல்களாற் போற்றப் பெறும் திருத் தொண்டர்கள் தமிழகத்தின் பல்வேறு பகுதிகளில் பல்வேறு நூற்றாண்டுகளில் பல்வேறு குலங்களில் தோன்றிச் சிவபெருமானிடத்தும் சிவனடியார்களிடத்தும் இடையறாப் பேரன்புடையவர்களாய்த் தத்தமக் கேற்ற தொழில்களைச் செய்து வாழ்ந்தவர்கள். இவர்களில் ஆதிசைவ அந்தணர் முதல் ஆதித்திராவிடர் வரை பல்வேறு குலத்தவர்களும் உள்ளார்கள்.

திருத்தொண்டர் வரலாறுகளை எல்லோரும் சுருக்கமாகவுணர்ந்து கொள்ளும் நோக்குடன் வெளி யிடப்பெறும் இந்நூலைச் சைவவுலகம் வரவேற்றுப் பயன் பெறும் என நம்புகின்றேன்.

உ

சிவமயம்

விநாயகர் துதி

வானுலகும் மண்ணுலகும் வாழமறை வாழப்
பான்மைதரு செய்யதமிழ் பார்மிசை விளங்க
ஞானமத ஐந்துகர மூன்று விழி நால்வாய்
ஆனைமுகனைப் பரவி அஞ்சலிசெய் கிற்பரம்

நால்வர் துதி

பூழியர்கோன் வெப்பொழித்த புகலியர்கோன் கழல்போற்றி
ஆழிமிசைக் கன்மிதப்பில் அணைந்தபிரான் அடிபோற்றி
வாழிதிரு நாவலூர் வன்றொண்டர் மதம்போற்றி
ஊழிமலி திருவாத வூரார்திருத் தாள்போற்றி

அறுபத்துமூவர், சேக்கிழார் துதி

தில்லைவாழ் அந்தணரே முதலாகச் சீர்படைத்த
தொல்லையதாந் திருத்தொண்டத் தொகையடியார்
பதம்போற்றி
ஒல்லையவர் புராணகதை யுலகறிய விரித்துரைத்த
செல்வமலி குன்றத்தூர்ச் சேக்கிழா ரடிபோற்றி

உ

சிவமயம்

மாணிக்கவாசக சுவாமிகள் அருளிச்செய்த திருவாககம்

சிவபுராணம்

திருச்சிற்றம்பலம்

நமச்சிவாய வாழ்க! நாதன் தாள் வாழ்க!
இமைப் பொழுதும் என் நெஞ்சில் நீங்காதான் தாள் வாழ்க!
கோகழி ஆண்ட குருமணி தன் தாள் வாழ்க!
ஆகமம் ஆகிநின்று அண்ணிப்பான் தாள் வாழ்க!
ஏகன், அநேகன், இறைவன், அடி வாழ்க!

வேகம் கெடுத்து ஆண்ட வேந்தன் அடி வெல்க!
பிறப்பு அறுக்கும் பிஞ்ஞகன் தன் பெய் கழல்கள் வெல்க!
புறத்தார்க்குச் சேயோன் தன் பூம் கழல்கள் வெல்க!
கரம் குவிவார் உள் மகிழும் கோன் கழல்கள் வெல்க!
சிரம் குவிவார் ஓங்குவிக்கும் சீரோன் கழல் வெல்க!

ஈசன் அடி போற்றி! எந்தை அடி போற்றி!
தேசன் அடி போற்றி! சிவன் சேவடி போற்றி!
நேயத்தே நின்ற நிமலன் அடி போற்றி!
மாயப் பிறப்பு அறுக்கும் மன்னன் அடி போற்றி!
சீர் ஆர் பெருந்துறை நம் தேவன் அடி போற்றி!

ஆராத இன்பம் அருளும் மலை போற்றி!
சிவன், அவன் என் சிந்தையுள் நின்ற அதனால்,
அவன் அருளாலே அவன் தாள் வணங்கி,
சிந்தை மகிழ, சிவபுராணம் தன்னை,
முந்தை வினை முழுதும் மோய உரைப்பன் யான்:

கண்ணுதலான், தன் கருணைக் கண் காட்ட, வந்து எய்தி,
எண்ணுதற்கு எட்டா எழில் ஆர் கழல் இறைஞ்சி;
விண் நிறைந்து, மண் நிறைந்து, மிக்காய், விளங்கு ஒளியாய்!
எண் இறந்து, எல்லை இலாதானே! நின் பெரும் சீர்,
பொல்லா வினையேன், புகழும் ஆறு ஒன்று அறியேன்;

புல் ஆகி, பூடு ஆய், புழு ஆய், மரம் ஆகி,
பல் விருகம் ஆகி, பறவை ஆய், பாம்பு ஆகி,
கல்ஆ(ய்,) மனிதர் ஆய், பேய் ஆய், கணங்கள் ஆய்,
வல் அசுரர் ஆகி, முனிவர் ஆய், தேவர் ஆய்,
செல்லா நின்ற இத் தாவர சங்கமத்துள்,

எல்லாப் பிறப்பும் பிறந்து இளைத்தேன்; எம்பெருமான்!
மெய்யே, உன் பொன் அடிகள் கண்டு, இன்று வீடு உற்றேன்;
உய்ய, என் உள்ளத்துள், ஓங்காரம் ஆய் நின்ற
மெய்யா! விமலா! விடைப் பாகா! வேதங்கள்
ஐயா என, ஓங்கி, ஆழ்ந்து, அகன்ற, நுண்ணியனே!

வெய்யாய்! தணியாய்! இயமானன் ஆம் விமலா!
பொய் ஆயின எல்லாம் போய் அகல, வந்தருளி,
மெய்ஞ்ஞானம் ஆகி, மிளிர்கின்ற மெய்ச் சுடரே!
எஞ்ஞானம் இல்லாதேன் இன்பப் பெருமானே!
அஞ்ஞானம் தன்னை அகல்விக்கும் நல் அறிவே!

ஆக்கம், அளவு, இறுதி, இல்லாய்! அனைத்து உலகும்
ஆக்குவாய், காப்பாய், அழிப்பாய், அருள் தருவாய்,
போக்குவாய், என்னைப் புகுவிப்பாய் நின் தொழும்பில்;
நாற்றத்தின் நேரியாய்! சேயாய்! நணியானே!
மாற்றம், மனம், கழிய நின்ற மறையோனே!

கறந்த பால், கன்னலொடு, நெய் கலந்தால் போலச்
சிறந்து, அடியார் சிந்தனையுள் தேன் ஊறிநின்று,
பிறந்த பிறப்பு அறுக்கும் எங்கள் பெருமான்!
நிறங்கள் ஓர் ஐந்து உடையாய்! விண்ணோர்கள் ஏத்த
மறைந்து இருந்தாய், எம்பெருமான்! வல்வினையேன்
தன்னை

மறைந்திட மூடிய மாய இருளை,
அறம், பாவம், என்னும் அரும் கயிற்றால் கட்டி,
புறம் தோல் போர்த்து, எங்கும் புழு அழுக்கு மூடி,
மலம் சோரும் ஒன்பது வாயில் குடிலை
மலங்க, புலன் ஐந்தும் வஞ்சனையைச் செய்ய,

விலங்கு மனத்தால், விமலா! உனக்குக்
கலந்த அன்பு ஆகி, கசிந்து உள் உருகும்
நலம் தான் இலாத சிறியேற்கு நல்கி,
நிலம் தன் மேல் வந்தருளி, நீள் கழல்கள் காட்டி,
நாயின் கடையாய்க் கிடந்த அடியேற்கு,

தாயின் சிறந்த தயா ஆன தத்துவனே!
மாசு அற்ற சோதி மலர்ந்த மலர்ச் சுடரே!
தேசனே! தேன் ஆர் அமுதே! சிவபுரனே!
பாசம் ஆம் பற்று அறுத்து, பாரிக்கும் ஆரியனே!
நேச அருள் புரிந்து, நெஞ்சில் வஞ்சம் கெட,

பேராது நின்ற பெரும் கருணைப் பேர் ஆறே!
ஆரா அமுதே! அளவு இலாப் பெம்மானே!
ஓராதார் உள்ளத்து ஒளிக்கும் ஒளியானே!
நீராய் உருக்கி, என் ஆர் உயிர் ஆய் நின்றானே!
இன்பமும் துன்பமும் இல்லானே! உள்ளானே!

அன்பருக்கு அன்பனே! யாவையும் ஆய், அல்லையும் ஆம்
சோதியனே! துன் இருளே! தோன்றாப் பெருமையனே!
ஆதியனே! அந்தம், நடு, ஆகி, அல்லானே!
ஈர்த்து என்னை, ஆட்கொண்ட எந்தை பெருமானே!
கூர்த்த மெய்ஞ்ஞானத்தால் கொண்டு உணர்வார் தம் கருத்தின்

நோக்கு அரிய நோக்கே! நுணுக்கு அரிய நுண் உணர்வே!
போக்கும், வரவும், புணர்வும், இலாப் புண்ணியனே!
காக்கும் எம் காவலனே! காண்பு அரிய பேர் ஒளியே!
ஆற்று இன்ப வெள்ளமே! அத்தா! மிக்காய்! நின்ற
தோற்றச் சுடர் ஒளி ஆய், சொல்லாத நுண் உணர்வு ஆய்,

மாற்றம் ஆம் வையகத்தின் வெவ்வேறே வந்து, அறிவு ஆம்
தேற்றனே! தேற்றத் தெளிவே! என் சிந்தனையுள்
ஊற்று ஆன உண் ஆர் அமுதே! உடையானே!

வேற்று விகார விடக்கு உடம்பின் உள் கிடப்ப
ஆற்றேன்; எம் ஐயா, அரனே! ஓ! என்று என்று

போற்றி, புகழ்ந்திருந்து, பொய் கெட்டு, மெய் ஆனார்
மீட்டு இங்கு வந்து, வினைப் பிறவி சாராமே,
கள்ளப் புலக் குரம்பை கட்டழிக்க வல்லானே!
நள் இருளில் நட்டம் பயின்று ஆடும் நாதனே!
தில்லையுள் கூத்தனே! தென்பாண்டி நாட்டானே!

அல்லல் பிறவி அறுப்பானே! ஓ!' என்று,
சொல்லற்கு அரியானைச் சொல்லி, திருவடிக் கீழ்ச்
சொல்லிய பாட்டின் பொருள் உணர்ந்து சொல்லுவார்
செல்வர் சிவபுரத்தின் உள்ளார் சிவன் அடிக் கீழ்,
பல்லோரும் ஏத்தப் பணிந்து.

திருச்சிற்றம்பலம்

சுந்தரமூர்த்தி நாயனார் அருளிய திருத்தொண்டத் தொகையிற் போற்றப்பெறும்

திருத்தொண்டர் வரலாறு

உலகெ லாம்உணர்ந் தோதற் கரியவன்
நிலவு லாவிய நீர்மலி வேணியன்
அலகில் சோதியன் அம்பலத் தாடுவான்
மலர்சி லம்படி வாழ்த்தி வணங்குவாம்.

1. சுந்தரமூர்த்தி நாயனார் வரலாறு

திருக்கயிலாயத்தில் சிவபெருமானுக்கு அணுக்கத், தொண்டராய் விளங்கியவர் ஆலாலசுந்தரர். ஒரு நாள் இறைவனுக்குப் பூக்கொய்யச் சென்றார். அப்போது உமையம்மையார்க்குத் தொண்டுபுரியும் கமலினி, அநிந்திதை என்னும் மகளிர் இருவரும் பூக்கொய்தல் வேண்டி நந்தவனத்தை அடைந்தனர். இறைவன் அருளால் ஆலால சுந்தரர் அம்மகளிர் இருவரையும் கண்டு காதல் கொண்டார். "நீ மாதர்மேல் மனம் வைத்தனையாதலால் அம் மகளிருடன் தென்னாட்டிற் பிறந்து திருமணம் புரிந்து வாழ்ந்து பின்னர் வருக" என இறைவன் பணித்தருளினார்.

இறைவன் பணித்தவண்ணம் ஆலாலசுந்தரர் திருமுனைப்பாடி நாட்டிலே திருநாவலூரில் ஆதிசைவ அந்தணராகிய சடையனார்க்கும் அவர் மனைவியார் இசைஞானியார்க்கும் மகனாகத் தோன்றினார். நரசிங்க முனையரையரால் வளர்க்கப்பெற்றார். கலைகள் பல பயின்று

திருமணப் பருவம் எய்திய நிலையில் புத்தூர்ச் சடங்கவி சிவாசாரியார் திருமகளை நம்பியா ரூரர்க்கு மணம் பேசி முடித்தனர். திருமணம் நிகழும் நிலையில் வெண்ணெய் நல்லூர் இறைவர் கிழவேதியராகத் தோன்றி நம்பியாரூரன் எனக்கு அடியவன் என்று அடிமைச் சீட்டினைக் காட்டித் திருமணத்தைத் தடுத்தார். வெண்ணெய்நல்லூர்ச் சபையில் ஆவண ஓலை ஒன்றைக் காட்டி வழக்கில் வென்றருளினார். கிழவேதியர் திருவெண்ணெய் நல்லூர் அருட்டுறைக் கோயிலுள் புகுந்து மறைந்த நிலையில் அவருடன் சென்ற நம்பியா ரூரர் அவரைக் காணாது திகைத்து நின்றார். அந்நிலையில் 'நமக்கு அர்ச்சனை பாட்டேயாகும். ஆதலால் நம்மைச் சொற்றமிழ் பாடுக' என இறைவன் பணித்தருளிய வண்ணம் 'பித்தா பிறை' என்னும் திருப்பதிகத்தினைப் பாடிப் போற்றினார். திருத்துறையூர் இறைவனையிறைஞ்சித் தவநெறிவேண்டி திருவதிகையில் இறைவன் திருவடி சூட்டப் பெற்றார். தில்லைப்பதியை யடைந்து இறைவனது திருக் கூத்தினை ஐம்புலன்களும் ஒன்றிய நிலையிற் கண்டு மகிழ்ந்து திருப்பதிகம் பாடிப் பரவினார். அந்நிலையில் 'ஆரூரில் நம்பால் வருக' என அருள்வாக்கு எழுந்தது. அடியார்கள் எதிர்கொள்ளத் திருவாரூரை அடைந்து இறைவனைப் போற்றினார். 'தோழமையாக உமக்கு நம்மைத் தந்தனம்' என ஆரூரண்ணல் அருள்செயத் தம்பிரான் தோழரானார்.

முன்பு கயிலையிற்கண்ட கமலினியார் திருவாரூரில் பதியிலார்குலத்துப் பரவையார் என்னும் பெயருடன் தோன்றி ஆடல் பாடல் அழகு என்பவற்றாற் சிறந்து விளங்கினார். பண்டை நல்லூழினாற் பரவையாரைக் கண்ட நம்பியாரூரர் இறைவன் அருளால் அவரைத் திருமணம் புரிந்துகொண்டார்.

பரவையார் கணவராகிய சுந்தரர் திருவாரூர்க் கோயிலிற் புற்றிடங்கொண்ட பெருமானை வழிபடச் செல்லும்போது தேவாசிரிய மண்டபத்திற் கூடியிருந்த அடியார் திருக்கூட்டத்தினைக் கண்டு இவர்கட்கு அடியவனாகும்பேறு கிடைத்தல் வேண்டும் என்று எண்ணிக் கொண்டு

கோயிலினுள்ளே சென்றார். "அப்போது புற்றிடங்கொண்ட பெருமான்" எதிரே வந்து காட்சி கொடுத்தருளி அடியார் பெருமையினையுணர்த்தி, தில்லை வாழந்தணர்தம் அடியார்க்கும் அடியேன்'" என அடி யெடுத்துக் கொடுத்தருள அதனை முதலாகக்கொண்டு நம்பியாரூரர் திருத்தொண்டத் திருப்பதிகத்தினைப் பாடி அடியார் திருக்கூட்டத்தை வணங்கிப் போற்றினார்.

தேசம் உய்யத் திருத்தொண்டத்தொகை அருளிச் செய்த சுந்தரர் குண்டையூர்க் கிழவர் தமக்கு அளித்த நெல்லைக் கொண்டு வர ஆளிடும்படி கோளிலிப் பெருமானைப் பாடிப் பெற்றார். புகலூர்ப்பெருமானை வழிபட்டுச் செங்கல்லே செழும்பொன்னாகப் பெற்று வந்தார்.

திரு முதுகுன்றப்பெருமான் அளித்த பன்னீராயிரம் பொன்னை மணிமுத்தா நதியிலிட்டுத் திருவாரூர்க் கமலாலயக் குளத்தில் எடுத்துப் பரவையாரிடம் கொடுத்தார். குருகாவூரிறைவர் அந்தணராக வந்து பொதி ச றளிக்கப் பெற்றுப் பசி தீர்ந்தார். திருக்கச்சூர் ஆலயக் கோயிலுக்கு நண்பகலிற் சென்றபோது இறைவனே வேதியராய் வீடுதோறும் பிச்சையேற்று வந்து சுந்தரரது பசியைத் தீர்த்தருளினார்.

திருக்கயிலாயத்தில் சுந்தரராற் காதலிக்கப்பெற்ற அநிந்திதை, சங்கிலியார் என்னும் பெயருடன் தொண்டை நாட்டில் ஞாயிறு கிழவர் என்பார்க்கு மகளாகத் தோன்றி வளர்ந்தார். மணப்பருவம் எய்திய நிலையில் பெற்றோர் இசைவுடன் திருவொற்றியூரிற் கன்னிமாடத்தில் தங்கி ஒற்றியூர் இறைவர்க்கு மலர்மாலை தொடுக்கும் பணி புரிந்தார். திருவொற்றியூர் இறைவரை வழிபட்ட சுந்தரர் சங்கிலியாரைக் கண்டு காதல் கொண்டு இறைவனருளாற் பிரியேன் என மகிழமரத்தடியிற் சபதஞ் செய்து மணம்புரிந்து அவருடன் ஒற்றியூரில் வாழ்ந்தார். சில நாட்கள் சென்றபின் திருவாரூர்ப் பெருமானை வழிபட வேண்டும் என்னும் ஆர்வம் தூண்டச் சபதத்தை மீறி ஒற்றியூரைவிட்டுப் புறப்பட்டார். எல்லை தாண்டியதும் இருகண்களும் பார்வையிழந்தன.

வெண்பாக்கத்தை வழிபடச் சென்றபோது இறைவர் ஊன்றுகோல் கொடுத்தருளினார். காஞ்சியில் திருவேகம்பரைப் பாடி இடக்கண் பெற்றார். திருத்துருத்தியில் குளத்தில் மூழ்கி உடல்நோய் நீங்கினார். திருவா ரூரை மாலைப்பொழுதில் அடைந்து புற்றிடங்கொண்டாரை இறைஞ்சி "மீளா வடிமை யுமக்கே யாளாய்' என்னும் பதிகம் பாடி வலக்கண் பெற்றார். பரவையாரது ஊடலைத் தணித்தற்பொருட்டுத் திருவாரூர்த் தியாகேசப்பெருமானை இருமுறை தூதனுப்பினார். இச்செய்தி கேட்டுச் சினமுற்ற ஏயர்கோன் கலிக்காமனார்க்கு ஏற்பட்ட சூலை நோயைத் தணிக்க இறைவரால் அனுப்பப்பட்டு அவருடன் நண்பு பெற்று இருவருமாகத் திருப்புன்கூர்ப் பெருமானை வழிபட்டு மகிழ்ந்தார்.

திருவாரூரில் தம்மைக் காணவந்த சேரமான் பெருமாள் நாயனாரை வரவேற்று உபசரித்துச் சேரமான் தோழரானார். அவருடன் பாண்டிநாட்டுத் தலங்களை வழிபடச் சென்றபோது மதுரையிற் பாண்டியனும் பாண்டியன் மகளை மணந்து அங்கு விருந்தாய் வந்திருந்த சோழமன்னனும் உபசரிக்கத் தமிழ்வேந்தர் மூவருடன் கூடித் திருப்பரங்குன்றப் பெருமானைப் பாடிப் போற்றினார். திருவாரூர் அடைந்த சுந்தரர் பரவையார் இசைவு பெற்றுச் சேரமான் பெருமாளுடன் மலைநாட்டுக்குப் புறப்பட்டார். செல்லும் வழியில் காவிரியாறு வெள்ளம். பெருக்கெடுத்தோடிய நிலையில் இறைவரருளால் வெள்ளத்திடையே வழியுண்டாக ஐயாற்றிறைவரை இறைஞ்சிப் போற்றினார். மலைநாட்டவர் எதிர் கொண்டு போற்றச் சேரமான் பெருமாளுடன் கொடுங் கோளூரையடைந்து அவரால் வழிபட்டு உபசரிக்கப் பெற்று அவருடன் அளவளாவி மகிழ்ந்திருந்தார்.

ஆரூர் இறைவரைக் கண்டு வழிபடவேண்டும் என்னும் ஆர்வம் மேலிட்ட நிலையில் சேரமான் பெருமாள்பால் அரிதின் விடை பெற்று அவர் கொடுத்த நிதிக்குவையுடன் திருமுருகன் பூண்டியிற் செல்லும் வேடர்கள் வழிப்பறி செய்தனர். அதனையறிந்த சுந்தரர் முருகன் பூண்டி

இறைவரைப் பதிகம் பாடிப் போற்றிய நிலையில் வேடர்கள் பறித்த பொருள்களைத் திரும்பக் கொடுத்து வணங்கினர். பின்பு திருவாரூரையடைந்து புற்றிடங்கொண்ட பெருமானை யிறைஞ்சிப் பரவையார் மாளிகையடைந்து அவருடன் அளவளாவி மகிழ்ந்திருந்தார்.

நம்பியாரூரர் சிலநாட் சென்றபின் சேரமான் பெருமாளைக் காணும் விருப்புடன் திருவாரூரை விட்டுப் புறப்பட்டார். கொங்கு நாட்டில் புக்கொளியூரினை அடைந்தார். அவ்வூர் மடுவில் முதலையால் விழுங்கப்பட்ட அந்தணச் சிறுவனை மீட்டுத் தரும்படி அவிநாசியிறைவரை வேண்டித் திருப்பதிகம் பாடினார். இறைவரருளால் முதலையால் உமிழப்பட்டு உயிர் பெற்றெழுந்த சிறுவனுக்குப் பெற்றோர் மகிழ உபநயனஞ் செய்வித்தார். சேரமான் எதிர்கொள்ளக் கொடுங்கோளூரை அடைந்த சுந்தரர் அருகேயுள்ள சிவத்தலங்களை வணங்கிச் சேரமானுடன் அளவளாவி மகிழ்ந்திருந்தார். ஒருநாள் சுந்தரர் திருவஞ்சைக்களத் திருக்கோயிலை வலம் வந்து இறைவரைப் பாடியபோது 'வெறுத்தேன் மனைவாழ்க்கையை விட் டொழிந்தேன்' என உளமுருகிப் போற்றினார். ஆரூரரது பாசப்பிணிப்பை அகற்றத் திருவுளங்கொண்ட கயிலைப் பெருமான் ஆரூரரைக் கயிலைக்கு அழைத்து வரும்படி தேவர்களுடன் வெள்ளானையை அனுப்பியருளினார் தேவர்கள் யானையுடன் திருவஞ்சைக்களத் திருக்கோயில் வாயிலில் நின்று 'இதன்மீதமர்ந்து கயிலைக்கு வருதல் வேண்டும்' என்பது இறைவனது கட்டளை என்றனர். அந்நிலையிற் சேரமான் பெருமாளை நினைத்துக் கொண்டு சுந்தரர் யானைமீதமர்ந்தார். திருமஞ்சன சாலையில் நீராடிக்கொண்டிருந்த சேரமான் அக் குறிப்பினையுணர்ந்து தம் குதிரையின் செவியிலே திருவைந் தெழுத்தோதி ஏறினார். அக்குதிரை விண்ணிற் போந்து சுந்தரர் அமர்ந்து செல்லும் வெள்ளானையை வலம் வந்து அதன்முன் சென்றது. களையாவுடலோடு கயிலையை அடைந்த சுந்தரர் பண்டுபோல் இறைவனுக்கு அணுக்கத் தொண்டு புரியும் ஆலாலசுந்தரராயினர். சேரமான் சிவகணத் தலைவரானார்,

நம்பியாரூரரை மணந்து வாழ்ந்த பரவையாரும் சங்கிலியாரும் திருக்கயிலையை அடைந்து உமையம்மையார்க்கு அணுக்கராகக் கமலினி யும் அநிந்திதையும் ஆகித் தொண்டு புரிந்து மகிழும் பேறு பெற்றனர்.

சுந்தரர் தாம் பாடியருளிய திருத்தொண்டத் தொகையில் திருநீலகண்டக்குயவர் முதல் திருநீல கண்டப்பாணர் ஈறாக அறுபது பேர் தனியடியார்களைக் குறித்து அடியேன் எனப் போற்றியுள்ளார். அவர்களுடன் திருத்தொண்டத்தொகை அருளிய சுந்தரர். அவர் தந்தையார் சடையனார், தாயார் இசைஞானியார் ஆகிய மூவரையும் சேர்த்தெண்ணத் தனியடியார்கள் அறுபத்து மூவர் ஆவர். தில்லைவாழந்தணர், பொய்யடிமை யில்லாத புலவர், பத்தராய்ப் பணிவார், பரமனையே பாடுவார், சித்தத்தைச் சிவன்பாலே வைத்தார், திருவாரூர்ப் பிறந்தார்கள், முப்போதுந் திருமேனி தீண்டுவார், முழுநீறு பூசிய முனிவர் அப்பாலும் அடிச் சார்ந்தார் ஆகிய ஒன்பது திருக்கூட்டத்தாரும் தொகையடியார் எனப் போற்றப்பெறுவர். இவர்கள் சுந்தரர் காலத்திலும் அவர் காலத்திற்கு முன்னும் பின்னும் ஆக மூன்று காலத்திலும் உள்ளவர்கள் ஆவர்.

திருத்தொகையிற் குறிப்பிடப்பெறாதவரும் சைவ சமயகுரவர் நால்வருள் ஒருவரும் ஆகிய மாணிக்கவாசகர் வரலாறு இதனுடன் இணைக்கப்பெற்றுள்ளது.

2. தில்லைவாழந்தணர்

அருமறைகளை நன்குணர்ந்து தில்லைப்பதியில் வாழும் அந்தணர்களாகிய இவர்கள் தில்லைச்சிற்றம்பலத்தில் ஆடல் புரிந்தருளுரும் கூத்தப்பெமானுக்கு அகம் படித் தொண்டு புரியும் திருக்கூட்டத்தினராவர். திருவாரூர்ப்பெருமான் நம்பியாரூரராகிய சுந்தரர் திருத் தொண்டாத்தொகை பாடுதற்கு அடியெடுத்துக் கொடுத்தருளும்போது 'தில்லைவாழந்தணர்தம் அடியார்க்கும் அடி யேன்' என இத்திருக்கூட்டத்தாரையே முதற்கண் குறிப்பித் தருளிய திறத்தால் இவர்களது பெருமை நன்கு புலனாகும். மூவாயிரவராகிய இவர்கள் நீற்றினால் நிறைந்த கோலத்தினர்; நிருத்தனுக்கு உரிய தொண்டாம் பேற்றினை யுடையவர்கள்; இறைவன்பாற் பெருகிய அன்பினர்; நான் மறையோதி முத்தீ வேள்வி இயற்றிப் பொன்னம்பல நாதனை நாளும் வழிபடுவதனையே தம் செல்வமெனக் கொண்டவர்கள்.

3. திருநீலகண்டக்குயவ நாயனார்

தில்லைப்பதியில் வேட்கோவக்குலத்திலே தோன்றியவர். பாற்கடலில் தோன்றிய ஆலகால நஞ்சினை உலகெலாம் உய்யத் தானே உட்கொண்டு அடக்கிய பேரருளாளனாகிய சிவபெருமானை எண்ணி அவனது கண்டத்தினைத் திருநீலகண்டம் என இடைவிடாது ஓதும் இயல்பினராதலால் இவர் திருநீலகண்டர் எனப் போற்றப்பெற்றார். குயவர் மரபினராகிய இவர் சிவனடியார்கட்குத் திருவோடு அளித்தலையே தமது தொண்டாகக் கொண்டிருந்தார். இளமை மீதூரப் பெற்ற இவர் இன்பத்துறையில் எளியராய் ஒருநாள் பரத்தையரில்லத்துச் சென்று மீண்டார். அதனையறிந்த இவருடைய மனைவியார் இவருடன் ஊடல் கொண்டவராய் எம்மைத் தீண்டுவீராயின் திருநீலகண்டம் என்றார்.

அது கேட்ட திருநீலகண்டர் தம் மனைவியார் 'என்னைத் தீண்டுவீராயின்' என்னாது 'எம்மைத் தீண்டு வீராயின்' எனப் பன்மையில் ஆணை கூறினமையால் தம் மனைவியை யேயன்றிப் பிற மாதர்களையும் மனத்தாலும் தீண்டமாட்டேன் என உறுதி கொண்டு வாழ்ந்தார். அவர்தம் மனைவியாரும் தம் கணவரைத் தீண்டாது இல்லறக் கடமைகளை ஒழுங்காகச் செய்து வாழ்ந்தார். கணவன் மனைவி இருவரும் தமது பிணக் கினை அயலவர் அறியாதவாறு இல்லறக் கடமைகளை முறைப்படி செய்து சிவனடியார்களைப் பேணிப் போற்றினர்.

வ்விருவரது உள்ளத்துறுதி உலகத்தார் அறிந்து போற்றுதல் வேண்டும் எனத் திருவுளங்கொண்ட சிவ பெருமான் சிவயோகியார் வடிவில் திருநீலகண்டரை யடைந்து தம்

கையிலுள்ள திருவோடு ஒன்றனைக் கொடுத்துப் பாதுகாத்து வைக்கும்படி சொல்லிச் சென்றார்; சென்ற சிவயோகியார் சிலநாட் கழித்து திருநீல கண்டக் குயவனாரையடைந்து தாம் கொடுத்த ஓட்டினைத் தரும்படி கேட்டார். திருவோடு வைத்த இடத்திற் காணாமையால் செய்வதறியாது வருந்திய திருநீல கண்டக்குயவனார் சிவயோகியாரைப் பணிந்து வேறு புதியதொரு திருவோடு தருவதாகக் கூறினார். சிவ யோகியார் மிகவும் வெகுண்டு, நீர் நுமது மனைவியின் கையைப் பற்றி நீரிலே மூழ்கி நாங்கள் திருவோட்டை எடுத்துக் கொள்ளவில்லை' என்று சத்தியஞ்செய்வீராக என்றார். திருநீலகண்டநாயனாரும் தமது மனைவியுடன் தில்லையில் திருப்புலீச்சரத் திருக்கோயிலின் எதிரிலுள்ள திருக்குளத்தையடைந்து ஒரு கோலைப் பற்றிக்கொண்டு முழுகப் புக்கனர். அந்நிலையிற் சிவயோகியார், மனைவியின் கையைப் பற்றிக்கொண்டு நீரில் மூழ்குவீராக என வற்புறுத்தினார்; நாயனார் அவ்வாறு செய்தற்குத் தடையாகத் தங்களிடையேயுள்ள சபதத்தை அங்குள்ளார் கேட்ப எடுத்துச் சொல்லித் தம் மனைவியாருடன் குளத்தில் மூழ்கினார். மூழ்கி எழும் நிலையில் அவ்விருவரும் முதுமை நீங்கி இளமை பெற்றுத் தோன்றினார்கள் சிவயோகியராக வந்த இறைவர் மறைந்து அம்மையப்பராக விடைமேல் தோன்றி அருள்புரிந்து மறைந்தருளினார்.

பெறலரும் இளமை பெற்ற அவ்விருவரும் இவ்வுலகில் திருப் பணிகள் புரிந்து பின்பு சிவலோகத்தினையடைந்து பேரின்பம் உற்றார்கள்.

4. இயற்பகை நாயனார்

சோழநாட்டுக் கடற்றுறைப்பட்டினமாகிய பூம்புகார் நகரத்தில் வணிகர் குலத்தில் தோன்றியவர் இயற்பகை நாயனார். இவர், சிவனடியார் எது கேட்டாலும் இல்லையென்னாது வழங்கும் இயல்புடையராய் வாழ்ந்தார். சிவபெருமான், எதனையும் இல்லை என்னாது சிவனடியார்க்கு ஈயும் இவரது அடியார் பத்தியினை உலகத்தார்க்கு வெளிப்படுத்த எண்ணிக் காமவுணர்வுடைய வேதியராக இயற்பகையார் இல்லத்தை யடைந்தார். இல்லையென்னாது கொடுக்கும் இயற் பகையாரே 'நாம் உமது மனைவியைப் பெறவேண்டி இங்கு வந்தோம்' என வேதியர் கூறக் கேட்ட இயற்பகையார் 'நம்மிடத்தில் உள்ள பொருளையே இவர் கேட்டார்' என எண்ணி உளம் மகிழ்ந்து அடியாரை வணங்கித் தம் மனைவியை அவர்க்குக் கொடுத்தனுப்பினார், அதனைக் கேட்டுப் பொறாத மானமுடைய அவர்தம் சுற்றத்தார் காமுக வேதியரைத் தடுத்து எதிர்த்தனராக, இயற்பகையார் சுற்றத்தார்களை வாளால் வீழ்த்தி வேதியரை மாதினொடு வழியனுப்பிவிட்டு வீட்டிற்குத் திரும்பினார். அந்நிலையில் வேதியராய் வந்த இறைவர் 'இயற்பகை முனிவா ஓலம் ஈண்டு நீ வருவாய் ஓலம், என ஓலமிட்டழைத்தார். இயற்பகையாரும் 'இதோ வந்தேன்' என்று விரைந்து திரும்புமுன், வேதியராய் வந்த இறைவர் மறைந்தார்; விடையின் மீது அம்மையப்பராய் விசும்பில் தோன்றக் காட்சியளித்து இயற்பகை நாயனார்க்கும் அவர் மனைவியார்க்கும் இறந்த சுற்றத் தார்களுக்கும் வீடுபேற்றை நல்கியருளினார்,

5. இளையான்குடி மாற நாயனார்

இளையான்குடி என்னும் ஊரிலே வேளாளர் மரபிலே தோன்றிய மாறர் என்பவர் உழுதொழிலால் செல்வம் படைத்தவர்; சிவபெருமானிடத்தும் சிவனடியார்களிடத்தும் பேரன்பு உடையவர்; மனைவியாருடன் இல்லிருந்து விருந்தோம்பும் பண்பினராகிய மாறனார் சிவனடியார்களுக்கு நாள்தோறும் அறுசுவையமுது படைத்து வந்தார். நாளடைவில் செல்வஞ் சுருங்கி வறுமை எய்திய காலத்திலும் தம்முடைமைகளை விற்றும் இத்தொண்டினைத் தொடர்ந்து செய்து வந்தார். ஒருநாள் முழுவதும் விடாத மழை பெய்தது. வீட்டில் உணவுப்பொருள் இன்மையால் மாறனாரும் மனைவியாரும் கடும்பசியுடையராய் உறக்கமின்றித் தெருக் கதவைத் தாளிட்டு இருந்தனர், அந்த நள்ளிரவிலே சிவபெருமான் அடியார் வேடம் பூண்டு இளையான்குடி மாறர் இல்லத்தையடைந்து 'மிகுந்த பசியாயிருக் கிறது, அன்னம் இடுதல் வேண்டும்' என்றார். உடனே மாறனார் சிவனடியாரை வீட்டில் அமரச்செய்து அன்று பகலில் தாம் உழுது விதைத்த செந்நெல்லின் முளைகளை அள்ளிக்கொண்டு மனைவியாரிடம் கொடுத்தார். வீட்டுக் கூரை அலகுகளைப் பிடுங்கி அடுப்பு மூட்ட அளித்தார். மனைவியார் விரைந்து நெல்லை வெதுப்பிக் குற்றி அரிசியாக்கித் திருவமுது அமைத்தார். கொல்லையில் முளைத்த கீரையைக் கறி சமைத்தார்.

உறங்குவது போன்றிருந்த அடியாரை எழுப்பி சுவாமி, திருவமுது செய்தருளவேண்டும் என மாறனார் வேண்டிக்கொண் டார். அந்நிலையில் அங்கு அடியவராக எழுந்தருளிய சிவபெருமான் இளையான்குடி மாறனார்க்கும்

அவர்தம் மனைவியார்க்கும் பேரொளிப் பிழம்பாகக் காட்சியளித்து பேரின்பப் பெருவாழ்வை நல்கியருளினார்.

6. மெய்ப்பொருள் நாயனார்

சேதி நாட்டின் தலைநகராகத் கோவலூர். அவ்வூரில் மலயமான் மரபின் வழிவந்த மன்னர் ஒருவர் ஆட்சி புரிந்தார். அவர் சிவனடியார்களின் திருவேடத்தையே மெய்ப்பொருள் எனக் கொண்டு போற்றி வந்தமையால் மெய்ப்பொருள் நாயனார் எனப் பெயர் பெற்றார். இவ்வரசர்க்குப் பகைவன் முத்த நாதன். இவன் பல முறை படையொடு வந்து எதிர்த்து இவரொடு போர்செய்து தோல்வியுற்றான்; வஞ்சனையால் மெய்ப்பொருளாரை வெல்லச் சூழ்ச்சி செய்தான்; சிவனடியார் வேடம் பூண்டு உடைவாளைப் புத்தகப் பையில் மறைத்துக்கொண்டு மெய்ப்பொருள் நாயனாரது அரண்மனையை அடைந்தான். காவலர் தடையை மீறி அரசர் தேவியாருடன் அமர்ந்த இடத்தை யணுகி அரசரை நோக்கி "எங்குமில்லாத சிவாகம நூல் கொண்டுவந்துள்ளேன்" என்றான். அதனை விரித்து அருள் செய்யும் என அரசர் வேண்ட, அரசியாரை அப்புறம் செல்லும்படி செய்து புத்தகப்பையினை அவிழ்ப்பவன் போன்று வாளினை எடுத்து முத்தநாதன் முன்னே தான் செய்ய நினைத்த கொடுஞ்செயலைச் செய்து முடித்தான். அதனையறிந்த தத்தன் என்னும் வாயில் காவலன் முத்தநாதனை வெட்டுதற்கு வாளையெடுத்தான். உயிர் பிரியும் நிலையினராகிய மெய்ப்பொருளார் தடுத்து நிறுத்தி, 'தத்தா, நமர். இவரை நகருக்கு வெளியே இடையூறின்றி விட்டு வருக' என்று பணித்து வீழ்ந்தார்.

தத்தனும் வஞ்சகனாகிய முத்தநாதனை ஊருக்கு வெளியே அனுப்பிவிட்டு விரைந்து வந்து தெரிவித்தான். அதுவரை உயிர் தாங்கியிருந்த மெய்ப் பொருள் நாயனார் திருநீற்றின் மீதும் சிவவேடத்தின்மீதும் வைத்த அன்பினைப்

பாதுகாக்கும்படி யாவர்க்கும் எடுத்துக் கூறித் தில்லைச் சிற்றம்பலவரைப் போற்றிச் சிவப்பேற்றை அடைந்தார்

7. விறன்மிண்ட நாயனார்

சேரரது மலைநாட்டிலே திருச்செங்குன்றூரில் வேளாளர் மரபில் தோன்றியவர் விறல்மிண்டர். சிவனடியார் பெருமையைப் பேணும் நோக்குடைய இவர் திருவாரூரையடைந்து சிவனடியார்களுடன் தேவாசிரிய மண்டபத்தில் தங்கி ஆரூர்ப் பெருமானை வழிபட்டிருந்தார். பரவையார் கணவராகிய சுந்தரமூர்த்தி நாயனார் புற்றிடங்கொண்ட பெருமானை வழிபடத் திருக்கோயிலில் நுழைபவர் தேவாசிரிய மண்டபத்திலுள்ள சிவனடியார்களை முதலில் வழிபடாது ஒருபுறமாக ஒதுங்கிச் சென்றார். அதனைக் கண்ணுற்ற விறன் மிண்ட நாயனார், சிவனடியார் திருக்கூட்டத்தை வழிபடாது செல்லும் வன்றொண்டனும் அவனுக்கு அருள் செய்யும் ஆரூர் இறைவரும் அடியார்களுக்குப் புறகு என வெகுண்டுரைத்தார். அந்நிலையிற் புற்றிடங் கொண்ட பெருமான் வன்றொண்டர்க்கு எதிரே தோன்றித் திருத்தொண்டர் பெருமையை விரித்துக் கூறித் 'தில்லை வாழந்தணர்தம் அடியார்க்கும் அடியேன்' என அடியெடுத்துக் கொடுத்தருள நம்பியா ரூரரும் திருத் தொண்டத்தொகைத் திருப்பதிகத்தினைப் பாடிக்கொண்டு சிவனடியார்களைப் போற்றிப் பரவினார். அதனை உளங் குளிரக் கேட்டு விறன்மிண்ட நாயனார் ஆரூர் இறைவரையும் நம்பியாரூரரையும் உவந்து போற்றினார். இவ்வாறு அடியார் பெருமையினை உலகறியச் செய்த விறன்மிண்ட நாயனார் சிவகணத்தலைவர்களுள் ஒருவராகத் திகழும் பேறு பெற்றார்.

8. அமர்நீதி நாயனார்

சோழநாட்டில் பழையாறை என்னும் நகரத்திலே வணிகர் குலத்திலே தோன்றியவர் அமர்நீதியார். இவர் வணிகத் தொழிலாற் பெருஞ்செல்வம் ஈட்டியவர். சிவனடியார்களைத் திருவமுது செய்வித்து அவர் கட்குப் போர்வையும் கோவணமும் அளிக்கும் தொண்டினை மேற்கொண்டிருந்தார். ஒருநாள் சிவபெருமான் அமர்நீதி நாயனாரின் அடியார் பத்தியினை உலகம் அறிந்து உய்தற்பொருட்டு அந்தணர் குலத்துப் பிரமசாரியாராக அவரையடைந்து தம்மிடமிருந்த கோவணம் ஒன்றனை அவரிடம் தந்து நீராடி வருவதாகச் சொல்லிச் சென்றார்? அமர்நீதியாரும் அவர் தந்த கோவணத்தை வாங்கி வைத்துக்கொண்டார்.

நீராடச் சென்ற மறையவர் மழையில் நனைந்து வந்து தாம் கொடுத்த கோவணத்தைக் கொண்டுவரும்படி நாயனாரைக் கேட்டார். அமர்நீதி நாயனாரும் அக்கோவணத்தைப் பாதுகாப்பாக வைத்த விடத்திற்காணாது எங்கும் தேடியுங் கிடைக்காமையால் திகைப்புற்றார். அதனினும் நல்லதாய்ப் புதிய கோவணம் தருவதாகக் கூறினார். அது கேட்ட அந்தணர் சினமுற்று நான் முன்கொடுத்த கோவணத்திற்கு ஒத்த மற்றொரு கோவணம் என்பாலுளது; அதற்கு ஒத்த நிறையுள்ள கோவணம் உம்மிடமுள்ளதாயிற் கொடுத்தாற் போதும் என்றார். அவர் கூறியபடி நிறைகோல் கொணர்ந்து நிறுத்தி ஒரு தட்டில் அந்தணர்பாலுள்ள கோவணத்தை வைத்து அதற்கு ஈடாகத் தம்பாலுள்ள கோவணம் ஆடை பொன் முதலியவற்றை இட்டும் நிறை ஒவ்வாமையால் தாமும் தம் மனைவியாரும் குழந்தையும் ஆக அத்தட்டில் ஏறி வானுலகம் தொழுது போற்றச் சிவலோகத்தையடைந்து பேரின்ப வாழ்வில் திளைத்து மகிழ்ந்தார்.

9. எறிபத்த நாயனார்

கொங்கு நாட்டுக் கருவூரில் ஆனிலை என்னுந் திருக்கோயிலில் எழுந்தருளிய இறைவனை வழிபடும் இயல்பினர்; சிவனடியார்களுக்கு ஓர் இடர் வந்துற்ற விடத்து விரைந்து சென்று உதவும் பண்புடையார் அடியார்க்குத் தீங்கு புரியும் கொடியோரை எறிந்து தண்டித்தல் வேண்டிக் கையில் பரசு என்னும் மழுப் படையினை ஏந்தியவராதலின் எறிபத்தர் என அழைக்கப்பெற்றார்.

கருவூர்த் திருவானிலைத் திருக் கோயிற்பெருமானுக்குப் பூத்தொண்டு புரியும் சிவகாமி பாண்டார் என்பவர் வைகறையில் திருநந்தனவனத்திற்குச் சென்று மலர் கொய்து பூக்குடலையில் நிறைத்து அக்குடலையினைத் தண்டின்மேல் உயரப் பிடித்துக்கொண்டு திருக்கோயிலை நோக்கி விரைந்து சென்றார். மகாநவமியின் முதல் நாளான அன்று அந் நகரில் அரசு வீற்றிருக்கும் புகழ்ச்சோழரது பட்டத்து யானை ஆற்றில் நீராடிப் பாகர்க்கு அடங்காது. மதச்செருக்குடன் திரும்பும் போது சிவகாமியாண்டார் கையிலுள்ள பூக்குடலையைப் பறித்துச் சிதறியது. பாகர், யானையை விரைந்து ஓட்டிச் சென்றனர். பூக்குடலை சிதறினமையால் சிவகாமியாண்டார் 'சிவதா சிவதா' என்று ஓலமிட்டு அரற்றினார். அவ்வொலி யினைக் கேட்டு அங்கு ஓடிவந்த எறிபத்தர் வெகுண்டு விரைந்தோடி யானையையும் பாகர் ஐவரையும் மழுப்படை யாற் கொன்று வீழ்த்தினார். பட்டத்து யானையும் பாகரும் இறந்துபட்ட செய்தியைக் கேள்விப்பட்ட புகழ்ச் சோழர் பகைவர் செயலோ இதுவென ஐயுற்றுப் மடையுடன் புறப்பட்டார். யானையும் பாகரும் இறந்து கிடக்கும் இடத்தில் சிவனடியார் ஒருவர் மட்டுமே மழுப்படையினைத் தாங்கி நிற்றலைக் கண்டார்

'சிவனடியாராகிய இவர், குற்றஞ்செய்தாலல்லது பாகர் முதலியோரைக் கொன்றிருக்க மாட்டார். ஏதோ இங்குத் தவறு நடந்திருத்தல் வேண்டும்' எனக் கருதி எறி பத்தரை அணுகினார். அவர் நிகழ்ந்தது கூறக் கேட்டு, 'ஐயனே, யானையும் பாகரும் செய்த குற்றத்துக்கு யானும் பொறுப்புடையேன். ஆதலின் என்னையும் இவ்வாளினாற் கொல்லுதல் வேண்டும்' எனக் கூறித் தமது உடைவாளை எறிபத்தர் கையிற் கொடுத்தார்.

அதனை வாங்கிக் எறிபத்தர் அரசரது பேரன்பின் திறத்தினை பெண்ணி அவரது உள்ளம் வருந்த நடந்து கொண்டமைக்குப் பெரிதும் வருந்தி அவரிடமிருந்து தாம் வாங்கிக்கொண்ட வாளினால் தமது கழுத்தை அறுத்துக் கொள்ள முற்பட்டார். அது கண்டு பதைப்புற்ற புகழ்ச் சோழர், எறிபத்தர் கையைப் பிடித்துத் தடுத்தார். அப்பொழுது "அன்புடையீர், உங்கள் தொண்டின் பெருமையை உலகறியும் பொருட்டு யானை பூக் குடலையைச் சிந்தியது," என வானத்தில் அசரீரி எழுந்ததும் இறந்து கிடந்த பாகர்களோடு பட்டத்து யானையும் உயிர் பெற்றெழுந்தது. எறிபத்த நாயனார் அன்புடைய அடியார்களது இடர்களையும் ஆண்மைத் திருத்தொண்டின் பயனாகத் திருக்கயிலாயத்தில் சிவகணத்தலைவராகும் பேறு பெற்று விளங்கினார்.

10. ஏனாதிநாத நாயனார்

சோழ நாட்டில் எயினனூரில் சான்றார் குலத்தில் தோன்றியவர் ஏனாதி நாதர். திருநீற்றுத் தொண்டில் ஈடுபட்ட இவர், அரசர்கட்கு வாட்போர்ப் பயிற்சியளிக்கும் ஆசிரியத் தொழிலுரிமையுடையராய் அதனால் வரும் ஊதியத்தால் சிவனடியார்களை உபசரித்துப் போற்றிவந்தார். இவரது தாயமுறையினனாகிய அதி சூரன் என்பவன் இவர்மேற் பொறாமையுடையனாய் 'வாள் கொண்ட தாயம் வன்மையுடையாரே கொள்வது எனக் கூறி இவரை வலியப் போருக்கு அழைத்தான்.. "நாம் இருவரும் சேனைகளை அணி வகுத்துப் போர் செய்யுமிடத்து வெற்றியடைந்தார் யாரோ அவரே வாள் பயிற்றும் உரிமையைக் கொள்ளவேண்டும்" என்றான். ஏனாதி நாதரும் இசைந்தார். இருதிறத்தார்க்கும் இடையே நிகழ்ந்த போரில் அதிசூரன் தோற்றோடினான். தோல்வியுற்ற அவன் ஏனாதி நாதரை வஞ்சனையாற் கொல்ல எண்ணினான். 'நம் இருவர்க்கும் துணை வருவார் யாருமின்றி நாம் இருவர் மட்டுமே நாளை விடியற்காலை குறித்த வேறோரிடத்திற் போர் செய்வோம்" என ஏனாதி நாதர்க்குச் சொல்லியனுப்பினான். அதற்கிசைந்த ஏனாதி நாதர் மறுநாள் விடியற்காலை தனியராய் வாளுடன் சென்று அவன் குறித்த இடத்தில் அவனது வரவை எதிர் பார்த்து நின்றார். திருநீறணிந்த நெற்றியினாரை எவ்விடத்தும் கொல்லாத இயல்புடையார் ஏனாதி நாதர் என்பதனை அறிந்த அதிசூரன் இதற்குமுன் என்றுமே திருநீறிடாதவன் அன்று வெண்ணீறு நெற்றியில் விளங்கப் பூசி நெஞ்சத்தே வஞ்சனையாகிய கறுப் பினையுட்கொண்டு தன் முகத்தைக் கேடகத்தால் மறைத்துக்கொண்டு ஏனாதி நாதரெதிர் விரைந்து சென்றான். ஏனாதி நாதர் போர் செய்ய முற்பட்ட அளவில் கேடகத்தைச்

சிறிது விலக்கிய நிலையில் நீறணிந்த அவன் முகத்தைக் கண்ட ஏனாதி நாதர். 'இவர் சிவபெருமானுக்கு அடியவராகிவிட்டார். இவர் குறிப்பின் வழியே நிற்பேன்' என வாளையும் பலகையையும் கையிற்பிடித்தபடி போர் செய்வார் போல் வறிதே நின்றார். அந்நிலையில் அதி சூரனும் அவரைக் கொலைசெய்ய எண்ணியதன் கருத்தினை எளிதில் நிறைவேற்றிக்கொண்டான். சிவபெருமான் பகைவனது கைவாளால் பாசம் அறுத்தருளிய ஏனாதி நாதர்க்கு எதிர் தோன்றி என்றும் பிரியாப் பேறளித்து மறைந்தருளினார்.

11. கண்ணப்ப நாயனார்

பொத்தப்பி நாட்டு உடுப்பூரிலே நாகன் என்னும் வேடர் தலைவனுக்கும் அவன் மனைவி தத்தை என்பவளுக்கும் மகனாகத் தோன்றியவர் திண்ணனார். விற் பயிற்சி பெற்ற இவர், பதினாறாண்டு நிரம்பிய பின் தந்தையின் சொற்படி வேடர்குலக் காவல் பூண்டார். வேடர்கள் சூழ வேட்டைக்குச் சென்று காட்டிலுள்ள கொடிய விலங்குகளைக் கொன்றார். காட்டில் விரித்த வலையினை அறுத்துக்கொண்டு ஓடிய வலிய பன்றியினைத் துரத்திச் சென்று குற்றுடை வாளால் இருதுண்டம் படக் கொன்று வீழ்த்தினார். நீர் வேட்கையினால் நாணனும் காடனும் தொடர்ந்து வரப் பொன்முகலியாற்றில் தண்ணீர் பருகி எதிரே தோன்றும் காளத்தி மலையினைக் கண்டார்

அம்மலைமேல் குடுமித்தேவர் இருப்பர், கும்பிடலாம் என்றான் நாணன். அவனுடன் மலைமீதேறிக் குடுமித் தேவராகிய சிவலிங்கப் பெருமானைக் கண்டு ஆரா அன்புடன் ஓடிச் சென்று தழுவிக்கொண்டார். இறைவரது அருள் நோக்கால் திண்ணனார் அன்பே வடிவமாய் இறைவரைப் பிரிய மனமில்லாதவராய் அவர்க்கு இறைச்சி கொண்டுவரவெண்ணி மலையினின்றும் இறங்கினார். காடன் கொத்தி வைத்திருந்த பன்றியிறைச்சியைத் தீயிலிட்டுக் காய்ச்சிப் பல்லில் அதுக்கிச் சுவையும் பதமும் அறிந்து அதனைத் தொன்னையில் நிரப்பி ஒரு கையில் எடுத்துக்கொண்டார். வில்லை மற்றொரு கையில் ஏந்தி இறைவனுக்குச் சாத்தும் பூவினைத் தம் தலையிலும் திருமஞ்சன நீரினைத் தமது வாயிலும் கொண்டு மலையின் மீதேறிச் சென்று காளத்திநாதர் முடிமீது அணியப்பெற்றிருந்த பச்சிலைகளைச் செருப் பணிந்த கால்களால் விருப்புறத்

தள்ளித் தமது வாயிற் கொண்டுவந்த நீரை இறைவனுக்குத் திருமஞ்சனமாக ஆட்டித் தம் தலையிற்கொண்ட மலர்களை இறைவர்க்குச் சாத்திப் பன்றியிறைச்சியினைத் திருவமுதாகப் படைத்து மகிழ்ந்தார்.

பெற்றோர் அழைக்கவும் செல்லாது காளத்தி யிறைவர்பாற் பேரன்புடையராய திண்ணனார் காலையிற் சென்று வேட்டையாடிக் கொணர்ந்த இறைச்சியை இறைவர்க்குப் படைத்தலையும் இரவெல்லாம் இறைவரைக் காத்து நிற்றலையும் தமது கடமையாகக் கொண்டார்.

ஆகம நெறியில் இறைவரை நாடொறும் பூசை செய்யும் சிவகோசரியார் இறைவனருகே பன்றியிறைச்சியும் நாயடியும் எங்கும் பரவியிருத்தலைக் கண்டு வருந்தித் தூய்மை செய்து தம் பூசையை நிறைவேற்றி வந்தார், நாள்கள் ஐந்தாயின.

ஆறாம் நாளில் திண்ணனாரது பேரன்பின் திறத்தைச் சிவகோசரியார்க்கு அறிவுறுத்தத் திருவுளங் கொண்ட காளத்தியிறைவர் தமது வலக்கண்ணில் உதிரம் பெருகி யொழுகும்படி செய்தார். நண்பகலில் பூசைக்கு வந்த திண்ணனார் அதனைக் கண்டு வருந்திப் பச்சிலைகளாகிய நன்மருந்தினைத் தேடிக் கொணர்ந்து பிழிந்தும் உதிரம் நிற்கவில்லை. அந்நிலையில் உற்ற நோய் தீர்ப்பது ஊனுக்கு ஊன் என்னும் பழமொழி நினைவுக்கு வந்தமையால் தமது வலக்கண்ணை அம்பினால் தோண்டியெடுத்துக் காளத்தியப்பரது வலக் கண்ணில் அப்பினார். குருதியொழுகுதல் நின்றது. எனினும் இறைவரது இடக்கண்ணில் குருதியொழுகத் தொடங்கியது. மருந்து கைகண்ட திண்ணனார் தமது இடக் கண்ணையும் தோண்ட முற்பட்டார். அந்நிலையில் காளத்தி இறைவர் 'நில்லு கண்ணப்ப' என மும்முறை கூறித் தம் திருக்கையினால் திண்ணனார் கையைப் பிடித்துக்கொண்டு, மாறிலாப் பேரன்பனே, என் வலப்பக்கத்தில் நிற்பா எனத் திருவாய் மலர்ந்து கண்ணப்ப நாயனார்க்குப் பேரருள் புரிந்து பேரானந்தப் பெருவாழ்வை நல்கியருளினார்.

12. குங்குலியக் கலய நாயனார்

திருக்கடவூரில் மறையவர் குலத்தில் தோன்றிய இவர், திருக்கடவூர் வீரட்டத்தில் நாள்தோறும் குங்குலியத்தூபம் இடும் பணியினைத் தவறாது செய்து வந்தார். வறுமை நிலை வரவே மனைவிமக்கள் பசியினால் வருத்தமுற்றனர். மனைவியார் நெல் வாங்குதற் கெனத் தம்பால் கழற்றித்தந்த திருமங்கலியத்தைக் கொண்டு செல்லும் கலயனார் அத்திருமங்கலியத்தை விற்று எதிரே வந்த குங்குலியத்தை வாங்கித் திருக்கோயிலுக்குச் சென்று குங்குலியத் தொண்டு புரிவாராயினர். அந்நிலையில் கடவூரிறைவன் திருவருளால் இவரில்லத்தில் வேண்டும் பொருள்கள் வந்து நிரம்பின. வறுமை நீங்கப்பெற்ற குங்குலியக்கலயனார் திருப்பனந்தாளில் தாடகை என்னும் பெயருடைய அம்மையின் வழிபாட்டிற்கெனச் சாய்ந்திருந்த சிவலிங்கத்தைத் தம் கழுத்திற் கயிற்றாற் பிணித்திழுத்து நிமிரச் செய்தார். திருஞானசம்பந்தரும் திருநாவுக்கரசரும் அடியார் திருக்கூட்டத்துடன் திருக் கடவூர் இறைவரை வழிபட வந்தபொழுது அவ்விரு பெருமக்களுக்கும் தம்மில்லத்தில் திருவமுது செய்வித்து மகிழும் பேறு பெற்றார்.

13. மானக்கஞ்சாற நாயனார்

கஞ்சாறு என்ற ஊரில் தோன்றியவர் மானக் கஞ்சாறர். (இக்காலத்து இவ்வூர் ஆனதாண்டவபுரம் என வழங்கப்படுகிறது). கஞ்சாற நாயனார்க்கு ஒரே பெண் குழந்தை பிறந்தது. அப்பெண் மணப்பருவம் எய்திய நிலையில் ஏயர்கோன் கலிக்காமனார்க்குத் திருமணம் செய்து கொடுப்பதாக உறுதி செய்யப்பெற்றது. திருமணநாளில் சிவபெருமான் மாவிரதக் கோலமுடைய அடியாராக அங்கு எழுந்தருளினார். மானக்கஞ்சாறர் தம் மகளை அடியாரை வழிபடச் செய்தார். மணப்பெண்ணின் நீண்ட கூந்தலைக் கண்டு வியந்த மாவிரதியார் "இது நமது பஞ்சவடிக்கு ஆகும்" என்றார். அதுகேட்ட கஞ்சாறர் தம் மகள் கூந்தலை அரிந்து அவரிடம் கொடுத்தார். அடியார் மறைந்து சென்றார். இறைவரது திருவருளால் மணமகட்கு முன்போல் கூந்தல் வளர்ந்தது. மணமகனார் ஏயர்கோன் கலிக்காமர் செய்தியைக் கேட்டு வியந்து மானக்கஞ்சாறர் மணந்துகொண்டார்: நாயனார் சிவபெருமான் திருவருளால் பேரின்ப நிலை பெற்றார்.

14. அரிவாட்டாய நாயனார்

சோழ நாட்டில் கணமங்கலம் என்ற ஊரில் வேளாளர் குலத்துள் தோன்றியவர் தாயனார். இவர் செந்நெல் அரிசி, செங்கீரை, மாவடு ஆகிய இவற்றைச் சிவபெருமானுக்குத் திருவமுது செய்வித்தலைக் கடமையாகக் கொண்டிருந்தார். தாயனார் வறுமைக் காலத்தும் கூலிக்கு நெல்லறுத்துக் கிடைத்த செந்நெல் எல்லாம் சிவனுக்குரியதென்று திருவமுது செய்வித்தார். தாயனார் செந்நெலரிசி செங்கீரை மாவடு இவற்றைக் கூடையிற் சுமந்தவராய்த் தம் மனைவியார் இறைவனது திருமஞ் சனத்துக்கேற்ற பால் தயிர் முதலியன கொண்டு பின்னே வர முன் செல்பவர் கால் இடறிக் கீழே விழுந்தார். சிவனுக்கு அமுதாகிய செந்நெல்லரிசி முதலியன வயல் வெடிப்பிற் சிதறி வீழ்ந்தன. 'இவற்றை இறைவன் அமுது செய்தருளும் பேறு பெற்றிலேனே' என வருந்திய தாயனார் தமது கையிலுள்ள அரிவாளால் தமது கழுத்தினை அரிய முற்பட்டார். அந்நிலையில் அம்பலத் தாடும் அண்ணலாரது திருக்கையானது தாயனாரது கையினைப் பற்றிக்கொள்ள இறைவன் மாவடுவினை செய்யும் நிலையில் விடேல் விடேல் என்னும் தோன்றியது. இறைவனது அருட்பெருங்கருணையினை அஞ்சலி கூப்பி நின்று தாயனார் இறைவனைப் பரவிப் போற்றினார். சிவபெருமானும் விடைமீது தோன்றித் தாயனார்க்கு அருள் புரிந்தார். 'இறைவர் அமுது செய்யப் பெற்றிலேன்' என்ற ஏக்கத்தால் தம் கழுத்தினை அரிவாள் பூட்டி அரிய முற்பட்டமையால் இவர் 'அரிவாள்தாயர்' என அழைக்கப்பெற்றார்.

15. ஆனாய நாயனார்

மேல்மழ நாட்டில் மங்கலம் என்னும் மூதூரிலே ஆயர் குலத்திலே தோன்றியவர் ஆனாயர். பசுநிரைகளை மேய்க்குந் தொழிலினராய் வேய்ங்குழலூதும். இசைப்பயிற்சியில் வல்ல இவர், சிவனடியில் அன்பு மீதூர்ந்த சிந்தையுடன் இறைவனது திருவைந்தெழுத் தினை வேய்ங்குழலில் வைத்து வாசித்து எவ்வுயிரும் உளமுருக இசையமுதளித்தலைத் தமது பொழுது போக்காகக் கொண்டிருந்தார். கார்காலத்தில் ஒரு நாள் நிரை மேய்க்கச் சென்றவர் பொன்னிற மலர்களைப் பூத்துக் குலுங்கிய கொன்றை மரத்தினைக் கண்டு அதனருகே சென்று வேய்ங்குழலில் திருவைந் தெழுத்தை ஆரோசையம ரோசைகளில் அமைத்து வாசித்தார். ஆனாயர் வாசித்த இனிய குழலோசை கேட்டு நிற்பன நடப்பனவாகிய எவ்வுயிர்களும் தம்மை மறந்து அவ்விசைமயமாயின.

அத்திருக்குழலிசையினைச் செவிமடுத்த சிவபெருமான் உமையம்மையாருடன் விடை மீதமர்ந்து விசும்பிலே தோன்றி அருட்காட்சியளித்து என்றும் நம் சிவலோகத்தில் இருந்து வேய்ங்குழலூத நம் பாலணைவாய் என்று அருளிச்செய்ய ஆனாய நாயனாரும் சிவபெருமான் மருங்கு அணைந்து இன்புற்றிருந்தார்.

16. மூர்த்தி நாயனார்

பாண்டி நாட்டில் மதுரை மாநகரில் வணிகர் குடியிலே தோன்றியவர் மூர்த்தியார். உலகப்பற்றினை யறுத்து இறைவன் திருவடிகளையே மெய்ப்பற்றெனப் பற்றிய இப்பெருந்தகையார் திருவாலவாய் இறைவர்க்கு நாள்தோறும் சந்தனம் அரைத்துத் தருதலைத் தமது சிந்தைக்கினிய திருத்தொண்டாகக் கொண்டு வாழ்ந்தார், அக்காலத்தில் வடுக்கருநாடர் மன்னன் பாண்டி நாட்டினைக் கைப்பற்றி அந்நாட்டின் அரசன் ஆனான். சமணசமயச் சார்புடைய அவன் சிவனடியார் தொண்டுகள் நிகழவொட்டாமல் இடர்கள் பல செய்து வந்தான். அந்நிலையிலும் மூர்த்தியார் இறைவனுக்குச் சந்தனம் அரைத்துத் தருதலாகிய அப்பணியைத் தடையின்றிச் செய்துவந்தார். அதுகண்ட மன்னன் முடிவில் சந்தனக்கட்டை கிடைக்காமல் தடைசெய்தனன்; சந்தனக்கட்டை கிடைக்காவிட்டாலும் அரைக்கும் கைக்கு முட்டுப்பாடில்லை என்று எண்ணிய மூர்த்தியார் தமது முழங்கையினைச் சந்தனக்கல்லில் வைத்துத் தேய்ப்பாராயினர். அந்நிலையில் ஆலவாயிறைவர் திருவருளால் "அன்பனே உன் கையில் உதிரம் ஒழுகும்படி இதனைச் செய்யற்க. உன் பணிக்கு இடர் விளைத்த கொடுங்கோல் மன்னன் பெற்ற நாடு முழுதும் நீ பெற்று இந்நாட்டின் துயர்துடைத்து உன் திருப்பணியைச் செய்து நமது சிவலோகத்தை அடைவாயாக" என்று அருள்வாக்கு எழுந்தது. அந்நாள் இரவில் கருநாடர் மன்னன் இறந்தான். அவனுக்கு மைந்தர் இல்லாமையால் தக்க அரசர் ஒருவரைத் தேர்தெடுக்கப் பட்டத்து யானையைக் கண்கட்டி விடுத்தனர் அமைச்சர். அந்த யானை மதுரை நகர வீதிகளெல்லாம் திரிந்து திருவாலவாய்த் திருக்கோயிற்

புறத்திலே நின்ற மூர்த்தியாரைத் தன்மேல் ஏற்றிக்கொண்டது. அமைச்சர்கள் மூர்த்தியாரைப் பணிந்து அரசராகும்படி வேண்டினர். அதற் கிசைந்த மூர்த்தியாரும் திருநீறே அபிடேகப் பொருளாகவும் உருத்திராக்கமே அணிகலனாகவும் சடை முடியே முடியாகவும் கொண்டு மும்மையால் உலகாண்டு பாண்டி நாட்டின் தவவேந்தராக ஆட்சி புரிந்திருந்து பின்னர்ச் சிவபெருமான் திருவடி நீழலிற் பிரியா துடனுறை யும் பெருவாழ்வு பெற்றார்.

17. முருக நாயனார்

திருப்புகலூரில் அந்தணர் குலத்தில் தோன்றியவர் முருக நாயனார். இவர் புகலூர் வர்த்தமானீச்சரத் திருக் கோயிலில் எழுந்தருளியுள்ள சிவபெருமானுக்கு நாள் தோறும் காலை நண்பகல் மாலை ஆகிய மூன்று காலங்களிலும் பலவகை நறுமலர் மாலைகளைத் தொடுத்தணிந்து வழிபடும் இயல்புடையவர். இவருடைய திருமடத்திலே திருஞானசம்பந்தரும் திருநாவுக்கரசரும் தங்கியிருந்தனர். திருஞானசம்பந்தர்க்கு நண்பராகிய முருக நாயனார் திருநல்லூர்ப் பெருமணத்தில் ஆளுடைய பிள்ளையார்க்கு நிகழ்ந்த திருமணத்திற் கலந்துகொண்டு அங்குத் தோன்றிய ஈறில் பெருஞ்சோதியிற் கலந்து இறைவன் திருவடிகளையடைந்தார்.

18. உருத்திரபசுபதி நாயனார்

சோழ நாட்டில் திருத்தலையூரில் வேதியர் குலத்தில் தோன்றியவர் உருத்திரபசுபதி நாயனார். இவர் தாமரை மலர்கள் பூத்த தடாகத்திலே கழுத்தளவு நீரில் நின்றுகொண்டு சிவபெருமான் திருவடிகளைச் சிந்தித்துப் போற்றித் திருவைந்தெழுத்தையும் திருவுருத்திரத்தையும் இரவும் பகலும் வழுவாமல் செபித்து வழிபடுதலைத் தமது வழக்கமாகக் கொண்டிருந்தார். இத்தகைய மந்திர வழிபாட்டின் பயனாகச் சிவபெருமான் திருவருளுக்கு உரியராய்ச் சிவலோகத்தையடைந்து பேரின்பம் பெற்றார்.

19. திருநாளைப்போவார் நாயனார்

நந்தனார் என்னும் பெயருடைய இந்நாயனார் மேற்கா நாட்டில் கொள்ளிடத்தின் கரையிலுள்ள ஆதி திராவிடர் குலத்திலே தோன்றியவர். தமக்கு மானியமாக விடப்பட்ட பறைத்துடைவையாகிய நிலத்தின் விளைவையே தமக்குரிய உணவுரிமையாகக் கொண்டு தமது தொழில் முயற்சியால் சிவாலயங்கள் தோறும் பேரிகை முதலிய தோற்கருவிகளுக்குரிய தோலும் வாரும் வீணைக்கும் யாழுக்கும் நரம்பும் அர்ச்சனைக்குக் கோரோசனையும் கொடுத்து வந்தார். திருக்கோயிலின் புறவாயிலில் நின்று அன்பின் மேலீட்டினால் சிவனைப் போற்றி இசையுடன் பாடுவதனை மரபாகக் கொண்டிருந்தார். ஒருநாள் திருப்புன்கூர்ச் சிவலோகநாதர் கோயில் வாயிலில் நின்று இவர் இறைவனை இசையுடன் பாடிய போது இறைவன் நந்தியை விலகச் செய்து நேரே காட்சி கொடுத்தருளினார். திருப்புன்கூரில் சிவலிங்கப் பெருமானை நேரிற்கண்டு கும்பிட்ட நந்தனார் அவ்வூரிற் குளம் ஒன்று தோண்டினார். தில்லையைக் காண விரும்பி நாளைப் போவேன் நாளைப் போவேன் என்று ஆர்வமுடன் சொல்லி வந்த நந்தனார் ஒருநாள் தில்லையை யடைந்து வலம் வந்தார். தில்லையிற் கூத்தப்பெருமான் பணித்த வண்ணம் தில்லைவாழந்தணர் செய்த வேள்வித் தீயில் மூழ்கி மெய்யில் வெண்ணூல் விளங்க வேணி முடிகொண்டு வெளிப்பட்ட திருநாளைப் போவாராம் மறைமுனிவர் தில்லைவாழந்தணர் உடன்வரத் திருக்கோயிற் கோபுரத்தைத் தொழுது உள்ளே புகுந்தார். அம்பலவாணர் உலகுய்ய நடமாடும் எல்லையினைத் தலைப் பட்டார். யாவரும் அவரைக் காணாதவராயினர் நந்தனாரது வினை மாசறுத்துத் தம்முடைய திருவடிகளைத் தொழுது

இன்புற்றிருக்க அந்தமிலா ஆனந்தப் பெருங் கூத்தர் அருள் புரிந்தார்.

20. திருக்குறிப்புத்தொண்ட நாயனார்

தொண்டை நாட்டில் காஞ்சி மாநகரத்தில் வண்ணார் குலத்தில் தோன்றியவர் திருக்குறிப்புத் தொண்டர். இவர். சிவனடியார்களின் குறிப்பறிந்து திருத்தொண்டு செய்யும் இயல்பினராதலால் திருக் குறிப்புத்தொண்டர் எனப் போற்றப்பெற்றார். சிவனடியார்களின் ஆடையின் அழுக்ககற்றித் தூய்மை செய்து கொடுத்தலைத் தமது பணியாகக் கொண்டிருந்தார். ஒரு நாள் சிவபெருமான் அடியார் திருவுருக்கொண்டு அழுக் கடைந்த கந்தையுடன் திருக்குறிப்புத் தொண்டரை அடைந்தார். 'யான் உடுத்துள்ள இக்கந்தை அழுக்கேறி உடுத்தற்குத் தகுதியில்லாத நிலையிலிருந்தாலும் உடம்பினை வருத்தும் குளிருக்குப் பயந்து இதனை விட முடியாத நிலையில் உள்ளேன். இதனைத் துவைத்து உலர்த்தி மாவைப் பொழுதாவதற்கு முன் தருவீராயின் எடுத்துச் செல்லும்' என்றார். அவ்வாறே தருவதாகத் திருக்குறிப்புத்தொண்டர் அக்கந்தையாடையை வாங்கிச் சென்றார். எதிர்பாராத நிலையில் மழை தொடங்கி விடாது பெய்தது. கந்தை உலராத நிலையில் அடியார் உடம்புக்கு ஊறு நேருமே என்று திருக்குறிப்புத்தொண்டர் கலக்கமுற்றார். மாலைப்பொழுது வரவரச் செய்வதறி யாது துணி துவைக்கும் கற்பாறையில் தலையை மோதினார். அந்நிலையில் திருவேகம் தம் திருக்கையால் தடுத்துப் பிடித்தருளி உமையொருபாகராய்க் காட்சி நல்கிச் சிவபதத்தை அளித்தருளினார்.

21. சண்டேசுர நாயனார்

பொன்னி வளந்தரும் சோழ நாட்டில் சேய்ஞலூரில் வேதியர் குலத்தில் எச்சதத்தன் என்பானுக்கு மகனாகத் தோன்றியவர் விசாரசன்மர். வேதங்களை நன்கு பயின்று சிறிய வயதிலே பேரறிவுடையராகத் திகழ்ந்த இவர் தம்மூரிற் பசுக்களை மேய்க்கும் ஆயன் தன்னால் மேய்க்கப்படும் பசுவொன்றனைக் கடுமையாக அடித்ததைக் கண்டு பொறாது அவனை விலக்கி அப்பசுக்களைத் தாமே மேய்த்து வரலானார். எல்லாத் தெய்வநலங்களும் ஒருங்கே வாய்க்கப்பெற்று இறைவன் திருமஞ்சனம் ஆடுதற்குரிய பால் தயிர் நெய் முதலியன அளிக்கும் பசுவின் பெருமை யினையுணர்ந்து விசாரசன்மர் பசுக்களை அன்புடன் மேய்த்து வருவதால் பசுக்களும் நன்கு மேய்ந்து கன்று வாய் வைக்காமலே தாமே பால் சொரிவன வாயின. வீடுகளிலும் நிறையப் பாலைப் பொழிந்தன. அரனுக்குரிய ஆவின் பால் வீணாகலாகாது என எண்ணிய விசாரசன்மர் மண்ணியாற்றின் தென்கரையிலே ஆத்தி மரத்தடியில் மணலால் சிவலிங்கம் அமைத்துப் பசுக்கள் சொரியும் பாலை இறைவனுக்குத் திருமஞ்சனமாட்டிப் பூசனை செய்துவந்தார். இவர் இவ்வாறு செய்வதை ஊரவர் சிலர் இவருடைய தந்தை எச்சதத்தனுக்குச் சொன்னார்கள். அதனைக் கேட்ட தந்தை ஒருநாள் இவர் செய்கையை நேரிற்கண்டார். விசாரசன்மரைக் கோலாற் புடைத்தார். அவர் தம்மை மறந்து சிவபூசையில் ஈடுபட்டிருந்தார். பின்னர்த் தந்தை பாற்குடத்தைக் காலால் இடறினார். பால் சிந்தியது கண்ட விசாரசன்மர் அருகிற் கிடந்த கோலொன்றையெடுத்துத் தந்தையின் இரு கால்களையும் தடிந்தார். அக்கோலே மழுப்படையாக மாறித் தந்தையின் கால்களை வெட்டிய நிலையில் இறந்துபட்டார்.

அந்நிலையில் சிவபெருமான் உமையம்மையாருடன் எழுந்தருளித் தம் திருவடிகளில் வீழ்ந்து வணங்கிய சேய்ஞலூர்ப்பிள்ளையாரை அன்புடன் அணைத்து, நம்பொருட்டு நின்னைப் பெற்ற தந்தையை மழுவினால் எறிந்தாய். இனி உனக்கு அடுத்த தந்தை நாம்' என்று அருள்செய்தார். "நாம் சூடும் மலர்களும் உடுக்கும் ஆடைகளும் உண்ட பரிசுலமும் உனக்கே யாகுக" என்று கூறிச் சண்டீசப்பதமும் தந்தருளினார். சண்டீசுவரபதத்தை யடைந்தமையால் இவர் சண்டேசுர நாயனார் எனப் போற்றப்பெறுகின்றார்.

22. திருநாவுக்கரசு நாயனார்

திருமுனைப்பாடி நாட்டிவ் திருவாமூரில் வேளாண் மரபில் குறுக்கையர் குடியிலே புகழனார்க்கும் மாதினி யார்க்கும் மகளாகத் திலகவதியார் பிறந்தார். சில ஆண்டுகள் கழித்து அவர்க்குத் தம்பியாராக மருள் நீக்கியார் தோன்றினார். திலகவதியாரை மணம் பேசிய கலிப்பகையார் அரசர்க்குத் துணையாகப் போர் மேற்சென்று போர்க்களத்தில் உயிர் கொடுத்துப் புகழ் கொண்டார். தாய் தந்தையை இழந்து தளர்வுறும் தம்பியார் மருள் நீக்கியாரைக் காத்தற் பொருட்டுத் திலகவதியார் உயிர் தாங்கியிருந்தார். உலக நிலையாமையை யுணர்ந்த மருணீக்கியார் அறம் பல புரிந்து சமண சமயம் சார்ந்து தருமசேனர் என அழைக்கப்பெற்றார். திருவதிகை வீரட்டானத்து இறைவனை வணங்கித் தொண்டு புரிந்திருந்த திலகவதியார் தம்பியைச் சமண சமயத் தினின்றும் மீட்டருளும்படி இறைவனை வேண்டிக் கொண்டார். இறைவரருளால் தருமசேனர்க்குச் சூலை நோய் தோன்றி வருத்தியது. சமணர்களின் மந்திர தந்திரங்களாலும் மருந்துகளாலும் அந்நோய் தீராமை தருமசேனர் ஒருவரும் அறியாதபடி பாடலிபுத்திரத்தைச் சமணர் விட்டு நீங்கித் திருவதிகையடைந்து திலகவதியாரைப் பணிந்து அவர் அளித்த திருநீற்றை உருவார அணிந்து திருவதிகை வீரட்டானரை வணங்கினார். 'கூற்றாயினவாறு விலக்ககிலீர்' எனத் தொடங்கும் திருப்பதிகத்தைப் பாடிப் போற்றினார். சூலை நோய் நீங்கியது. இறைவனும் திருநாவுக்கரசு என்று சிறப்புப் பெயர் அளித்தார்.

திருநாவுக்கரசர் சைவ சமயத்தைச் சார்ந்தமை யறிந்த சமணர்கள் தம் சமயம் அழியுமே என அஞ்சினர், அச்சமயத்தினை மேற்கொண்ட பல்லவ அரசனிடம்

முறையிட்டனர். அவர்கள் சொற்கேட்ட பல்லவன் நாவுக்கரசரை நீற்றறையில் இடச்செய்தான். நீற்றறை, ஈசன் இணையடி நீழல் எனக் குளிர்ந்தது. நஞ்சு கலந்த பாற்சோற்றை ஊட்டுவித்தனர். நாவரசர்க்கு நஞ்சும் அமிழ்தாயிற்று. யானையைவிட்டு இடறச் செய்தனர். 'அஞ்சுவது யாதொன்றும் இல்லை, அஞ்ச வருவது மில்லை' என்ற உறுதியுடனிருந்த நாவுக்கரசரை வணங்கிய யானை பாகர் முதலியோரைக் கொன்று ஓடியது இத்தனை இடையூறுகளிலும் தப்பிய நாவுக் கரசரைக் கல்லோடு பிணித்துக் கடலில் தள்ளினர்.

அஞ்செழுத்தோதிய நாவுக்கரசர்க்குக் கல்லே தெப்பமாய் மிதக்கத் திருப்பாதிரிப்புலியூர் அருகே கரையேறிப் பெருமானை வணங்கினார். பின்பு திருப்பெண்ணா கடத்திற் சிவபெருமானை வேண்டிச் சூலமும் இடபமும் பொறிக்கப் பெற்றார். தில்லையை வணங்கிச் சீகாழிப்பதியில் ஆளுடைய பிள்ளையாரைக் கண்டு நண்பு கொண்டு நல்லூரில் திருவடி சூட்டப்பெற்றார். திங்களூரில் அப்பூதியடிகள் இல்லத்தில் தங்கி அரவு தீண்டியிறந்த மூத்த திருநாவுக்கரசை உயிர் பெற்றெழச் செய்தருளினார். திருஞானசம்பந்தருடன் தலயாத்திரை செய்து பஞ்ச நாளில் திருவீழிமிழலையிற் படிக்காசு பெற்று அடியார்களை உண்பித்தார். திருமறைக் காட்டில் மறைகளாற் பூசிக்கப்பெற்று அடைக்கப் பெற்றிருந்த திருக்கதவினைப் பதிகம் பாடித் திறப்பித் தார்.

பழையாறையில் சமணர்களால் வடதளி மறைக்கப்பட்டிருந்த நிலையில் உண்ணாநோன்பிருந்து அத் திருக்கோயிலை வெளிப்படுத்தினார். திருப்பைஞ்ஞீலிக்குச் செல்லும் போது இறைவரே உடன்வந்து பொதிசோறளிக்கப்பெற்றார். தொண்டைநாட்டுத் தலங்களை வணங்கித் திருக்காளத்தி மலையை வணங்கியபோது திருக்கயிலாயத்தைக் கண்டு வழிபடவேண்டும் என்னும் எண்ணம் உள்ளத்தில் தோன்றவே வடநாட்டு யாத்திரையை மேற் கொண்டார். நாவுக்கரசர் வடநாட்டில் வாரணாசி முதலிய தலங்களை வழிபட்டுக் கயிலைமலையை நோக்கிக் காடுமலை

முதலியவற்றைக் கடந்து செல்லும் வழியில் உடல் தளர்ச்சியுற்றாராக அந்நிலையில் சிவபெருமான் தவ முனிவராகத் தோன்றி அவரைத் தடுத்து நிறுத்தி விண்ணிடை மறைந்து நின்று அருகிலுள்ள தடாகத்தில் மூழ்கித் திருவையாற்றிற் கயிலைக்கோலம் காண்பாயாக' என அருள் புரிந்தார்.

அவ்வாறே அக் குளத்தில் மூழ்கித் திருவையாற்றில் எழுந்து திருக் கயிலாயக் காட்சியைக் கண்டு மகிழ்ந்தார். திருப் பூந்துருத்தியில் திருமடம் அமைத்தார். பாண்டி நாட்டிற் சமணரை வாதில் வென்று திருநீற்றின் ஒளி பரப்பிய திருஞானசம்பந்தர் திருப்பூந்துருத்தியில் திருநாவுக்கரசரைக் கண்டு மங்கையர்கரசியார், நின்றசீர் நெடு மாறர், அமைச்சர் குலச்சிறையார் ஆகியோரது அன்பின் திறத்தை எடுத்துரைத்தார். நாவுக்கரசர் பாண்டி நாட்டுத் தலங்களை வழிபட எண்ணித் திருப்புத்தூரை இறைஞ்சி மதுரைத் திருவாயிற் பெருமானை வழிபட்டுத் திருப்பதிகம் பாடினார். திருப்பூவணம் திருவிரா மேச்சுரம் நெல்வேலி, கானப்பேர் முதலிய தலங்களை வழிபட்டுத் திருப்புகலூரடைந்தார். புகலூர்ப்பெருமானைப் போற்றி உழவாரப்பணி புரிந்தார். தம்மைப் புகலூர் இறைவன் திருவடிக்கீழ் விரைவிற் சேர்த்துக் கொள்வான் என்னும் முன்னுணர்வு மூளப்பெற்று சித்திரை மாதம் சதயத்திருநாளில் 'எண்ணுகேன் என் சொல்லி எண்ணுகேனோ' என்னும் திருத்தாண்டகத் திருப்பதிகத்தைப் பாடிப் புண்ணியா உன்னடிக் கீழ்ப் போதுகின்றேன் எனப் புகன்று நண்ணரிய சிவானந்த ஞானவடிவேயாகித் திருப்புகலூர் அண்ணலார் சேவடிக் கீழ் ஆண்ட அரசு அமர்ந்திருந்தார்.

23. குலச்சிறை நாயனார்

பாண்டிநாட்டு மணமேற்குடியில் தோன்றியவர் குலச் சிறையார். இவர் பாண்டியன் நின்றசீர் நெடுமாறனுக்கு அமைச்சர்; கூன்பாண்டினாய்ச் சமணத்திற் சேர்ந்திருந்த பாண்டியன் திருஞானசம்பந்தப் பிள்ளையாரால் சைவனாகி உய்திபெறுதற்கு உதவியாய் மங்கையர்க்கரசியாரது சைவத்தொண்டுக்குப் பாதுகாவலாக இருந்தவர் அமைச்சர் குலச்சிறையாராவர். குலவேறுபாடு கருதாது சிவனடியார் யாவராயினும் அவர்க்கு அடித்தொன்டு புரியும் ஆராத பேரன்புடைய இவர், திருஞானசம்பந்தர் பால் வாதில் தோல்வியுற்ற சமணர்கள் தாம் செய்து கொண்ட சபதத்தின்படி கழுவேறக் கண்டார். இதன் பாண்டி நாடு முழுவதும் சிவநெறி பரவத் தொண்டு புரிந்த குலச்சிறையார் ஆலவாயரன் திருவடியினை இடை விடாது போற்றிச் சிவப்பேறு அடைந்தார்.

24. பெருமிழலைக் குறும்ப நாயனார்

சோழ நாட்டின் உள்நாடாகிய மிழலை நாட்டில் பெருமிழலையின் தலைவராய் விளங்கிய பெருமிழலைக் குறும்பர். இவர், சிவனடியார்களுக்கான திருப்பணிகளை விருப்புடன் செய்பவர்; நம்பியாரூரராகிய சுந்தரமூர்த்திகளின் திருவடிகளைக் கையால் தொழுது வாயால் வாழ்த்தி மனத்தால் நினைத்து போற்றுதலைக் கடமையாகத் கொண்டவர்; நம்பியாரூரர் திருப்பெயரினை நாளும் நவின்ற நலத்தாலே அணிமா முதலிய எண்வகைச் சித்திகளும் கைவரப்பெற்றார். 'சுந்தரர் நாளைய தினம் திருக்கயிலாயத்தை அடைவார்" என்பதனை யோக சித்தியாலே முதல்நாளே யுணர்ந்துகொண்ட பெரு மிழலைக்குறும்பர் 'நாளை அவர் கயிலையினையடையக் கண்ணின் கரிய மணியினை இழந்தார் போல் இவ்வுலகில் வாழமாட்டேன் என்று எண்ணி 'இன்றே யோகநெறியால் சிவன் தாள் சென்றடைவேன்' சொல்லி நாற்கரணங்களும் ஒரு நெறிப்பட்டு நல்லறிவு மேற்கொண்டு பிரமநாடியின் வழியே கருத்தைச் செலுத்தி யோக முயற்சியினாலே பிரமரந்திரம் திறப்ப உடலினின்றும் பிரிந்து கயிலைப் பெருமான் திருவடியினை அடைந்தார்.

25. காரைக்காலம்மையார்

சோழநாட்டில் கடற்றுறைப் பட்டினங்களுள் ஒன்றாகிய காரைக்காலில் தனதத்தனார் என்ற வணிகர் குலத் தலைவர்க்குப் பெண்மகவு பிறந்தது. புனிதவதி என்னும் பெயருடைய அப்பெண் விளையாடும் பருவத்திலேயே சிவ பத்தியுடன் வளர்ந்தது. தனதத்தனார் தன் மகள் புனித வதியாரை நாகையில் வாழ்ந்த நிதிபதிமைந்தன் பரமதத்தனுக்குத் திருமணஞ்செய்து கொடுத்து அவர்கள் இருவரும் காரைக்காலில் தனி மனையில் வாழவும். பரமதத்தன் தனக்குரிய வணிகம் புரிந்து வளம் பெறவும் வசதி செய்திருந்தார். ஒரு நாள் பரமதத்தனைக் காண வந்தோர் அவனிடம் மாங்கனிகள் இரண்டனைக் கொடுத்தார்கள். அவன் அவ்விரண்டனையும் வீட்டிற்கு அனுப்பிவைத்தான். அந்நிலையில் சிவனடியார் ஒருவர் பசியால் வர அவரை யுண்பிக்க வேண்டிப் புனிதவதியார் ஒரு மாங்கனியைப் படைத்தார். அதன்பின் கணவனார்க்கு அமுது படைக்கும் போது மற்றொரு கனியைப் படைத்தார். அக்கனியின் இன்சுவையில் ஈடுபட்ட பரமதத்தன் இன்னும் ஒன்றுளது அதனைக் கொண்டுவந்திடுக என்றான். கணவனார்க்கு மாங்கனியில் ஏற்பட்ட ஆர்வத்தைத் தடுக்க எண்ணாத புனிதவதியார் உள்ளே சென்று இறைவனை வேண்டி அவனருளால் மற்றொரு மாங்கனியைக் கொணர்ந்து கணவனுக்குப் படைத்தாள். அதன் அதிமதுரச் சுவையைப் பருகிய பரமதத்தன் இது முன்தந்த மாங்கனியன்று; "இதனை வேறு எங்குப் பெற்றது?" என வினவினான். அது கேட்ட புனிதவதியார் நடந்தபடி. சொல்லுவதே முறையென்று நிகழ்ந்ததைக் கூறினார். இக்கனி இறையருளாற் பெற்றதானால் இது போல் இன்னுமொரு 'கனி பெற்றுத்

தருக' என்றான் பரம தத்தன். புனிதவதியாரும் இறைவனை வேண்டி இன்னும் ஒரு கனி அளித்திலீராயின் என்னுரை பொய்யாய் விடுமே வருந்தினார். இறையருளால் மற்றுமொரு மாங்கனி பெற்றுக் கணவன் கையிற் கொடுக்க அது உண்ணப் புகுமுன் மறைந்துவிட்டது. அது கண்டு அதிசயித்த பரமதத்தன் புனிதவதியாரைத் தெய்வமென அஞ்சி கடல் கடந்து வெளிநாடு சென்று பொருளீட்டி வருதாகக் கூறிப் பிரிந்து சென்றான். பொருளீட்டி மற்றொரு பெண்ணை மணந்து பாண்டி நாட்டுக் கடற்றுறைப் பட்டினமொன்றில் வாழ்ந்திருந்தான். இச்செய்தியைக் கேள்வியுற்ற தனதத்தனார் தம் மகளார் புனிதவதியாரைப் பரமதத்தன் இருக்கும் ஊர்க்குப் பெரியவர் துணையுடன் அனுப்பிவைத்தார். புனிதவதியார் வருகையை யறிந்த பரமதத்தன் தானும் இரண்டாந்தாரமாக மணந்துகொண்ட பெண் மனையோடும் அவள் பெற்ற குழந்தையோடும் வந்து எதிர்கொண்டு வணங்கினான். அது கண்ட புனிதவதியார் இறைவனருளால் அற்புதத் திருவந்தாதி பாடித் தம் உடலின் தசையினை யுதறி எலும்புடம்பு தாங்கிப் பேயுருவமுடையராய், தலையாலே நடந்து திருக்கயிலையை அடைந்தார். கயிலைப்பெருமான் இவரைக் கண்டு 'அம்மையே' என அழைத்தார். அம்மையாரும் 'அப்பா' என்று அன்பினாற் பணிந்து வேண்டினார். இறைவன் அருளிய வண்ணம் தொண்டை நாட்டுத் திருவலங்காட்டினை யடைந்து அங்கு ஆண்ட முற நீமிர்ந்தாடும் கூத்தப்பெருமானை மூத்த திருப் பதிகங்களாற் பாடிப் போற்றி அம்முதல்வன் எடுத்தருளுஞ் சேவடிக்கீழ் என்றுமிருக்கும் பேரின்ப நிலை வினைப் பெற்றார்.

26. அப்பூதியடிகள் நாயனார்

சோழநாட்டில் திங்களூரில் அந்தணர் குலத்தில் தோன்றியவர் அப்பூதியடிகள். சிவபெருமான்பால் பேரன்புடையவர். திருநாவுக்கரசரைக் காணுதற்கு முன்னமே அவர்பால் அளவிறந்த அன்புடையவர்; அவர் திருப்பெயரையே தம் பிள்ளைகள் முதலியோர்க்கு இட் டழைத்தார். திருநாவுக்கரசர் திருப்பெயரால் தண்ணீர்ப் பந்தர், திருமடம் முதலிய நல்லறங்களைச் செய்துவந்தார். திருநாவுக்கரசர் திருப்பழனம் என்னும் தலத்தை வணங்கும் பொருட்டுத் திங்களூரையடைந்தார். தம் பெயரால் தண்ணீர்ப்பந்தர் இருப்பதைக் கண்டு அதனை அமைத்தார் யாரென வினவி அப்பூதியடிகள் இல்லத்தையடைந்தார். சிவனடியார் பொருட்டு நீர்வைத்த தண்ணீர்ப் பந்தரில் 'நும் பேர் எழுதாதே வேறொரு பேர் எழுதவேண்டிய காரணம் யாது?' என வினவினார். அது கேட்ட அப்பூதியடிகள் 'கல்லே மிதப்பாகக் கொண்டு கடல் கடந்த நாவுக்கரசின் பெருமையை அறியாதார் யார்? சிவ வேடத்துடன் நின்று இவ்வாறு பேசும் நீர் யார்' என வெகுண்டு வினவினார். அப்பூதியடிகள் அன்பின் திறத்தை யறிந்த திருநாவுக்கரசர் 'புறச்சமயச் சூழலிற்புக்குச் சூலை நோயினால் இறைவன் ஆட்கொள்ள அடைந் துய்ந்த தெருளும் உணர்வில்லாதேன் யான்' என்றார். அது கேட்ட அப்பூதியார் உரை தடுமாறி நிலமிசை வீழ்ந்து திருநாவுக்கரசரை வணங்கினார். தம் மனையில் அமுது செய்தருள வேண்டிக்கொண்டார்.

மூத்த திருநாவக்கரசு என்ற அப்பூதியார் மைந்தன் அடியார்க்கு அமுது படைக்க வாழையிலை அரியச் சென்றவன் தன்னைப் பாம்பு தீண்டிய நிலையிலும் அதனை உதறி விரைந்து ஓடி வந்து வாழையிலையைத் தாயிடம் தந்து விட வேகத்தால் கீழே வீழ்ந்து உயிர் நீத்தான். அடியார் அமுது செய்தருள

வேண்டுமே என்ற ஆர்வத்தால் இறந்த மைந்தனைப் பாயில் சுருட்டி. ஒரு பக்கம் மறைத்து

வைத்துவிட்டுத் திருநாவுக்கரகரைப் பணிந்து திருவமுது செய்ய அழைத்தனர். தம்மை வணங்கிய எல்லோர்க் கும் திருநீறு அளித்த திருநாவுக்கரசர் உள்ளத்தே தடு மாற்றம் தோன்ற மூத்த மைந்தல் எங்கே என வினவினார். அது கேட்ட அப்பூதியார் அவன் இங்கு இப்போது உதவான் என்றார். அவன் எங்கே, உண்மையைச் சொல்லும் என நாவுக்கரசர் கேட்க, அப்பூதியார் நடுக்க முற்று நடந்ததைக் கூறினார். உடனே திருநாவுக்கரசர் மூத்த திருநாவுக்கரசின் உடம்பினைக் கொணரச் செய்து 'ஒன்றுகொலாம்' என்னும் திருப்பதிகம் பாடி விடந்தீர்த்தருளினார். உயிர் பெற்றெழுந்த மூத்த திருநாவுக்கரசு திருநாவுக்கரசு நாயனார் திருவடிகளில் வீழ்ந்து வணங்கினான். பின்பு அப்பூதியாரொடும் அவர்தம் மக்களோடும் திருநாவுக்கரசர் உடனமர்ந்து திருவமுது செய்தருளினார். திருப்பழனப்பெருமானைப் பரவிப் போற்றிய திருப்பதிகத்தில் 'அஞ்சிப்போய்க் கலிமெலிய அழலோம்பும் அப்பூதி- குஞ்சிப்பூவாய் நின்ற சேவடியாய்' எனத் திருநாவுக்கரசர் அப்பூதியடிகளின் சிவபத்தியினைச் சிறப்பித்துள்ளார். இவ்வாறு திருநாவுக்கரசர் திருவடிகளையே தமக்குரிய சார்பாகக் கொண்டு வாழ்ந்த அப்பூதியடிகளார் தில்லைமன்றுள் ஆடும் திருவடிகளை யடைந்து இன்புற்றார்

27. திருநீலநக்க நாயனார்

சோழநாட்டில் சாத்தமங்கை என்னும் ஊரிலே அந்தணர் குலத்தில் தோன்றியவர் திருநீலநக்கர். அரு மறைப் பொருளைத் தெளிந்த இவர் நாள்தோறும் சிவக்கம் விதிப்படி சிவபூசை செய்து அயவந்தி என்னும் திருக்கோயிலில் எழுந்தருளிய இறைவரை வழிபாடு செய்து சிவனடியார்களுக்குத் திருவமுது செய்வித்து வந்தார். ஒரு நாள் அயவந்தியீசர் வழிபாட்டை முடித்து இறைவர் திருமுன் திருவைத்தெழுத்தினைச் செபித்தார். அப் பொழுது சிலந்தியொன்று இறைவர் திருமேனி மீது விழுந்தது. உடனிருந்த மனைவியார் விரைந்து சென்று அதனைப் போக்கி இறைவர் திருமேனியில் வாயினால் உமிழ்ந்தார். அது கண்ட நீலநக்கர் மனைவியை நோக்கி 'அநுசிதஞ் செய்தாய், அதனால் உன்னைத் துறந்தேன்' என்று கூறி இல்லத்திற்குத் திரும்பினார். அஞ்சிய மனைவியார் ஒரு பக்கம் விலகினார். அன்றிரவு நீலநக்கர் உறங்கும் போது அவர் கனவில் இறைவர் தோன்றித் தம் திருமேனியைக் காட்டி உன் மனைவி ஊதித்துமிந்த இடம் தவிர எல்லா இடங்களிலும் சிலந்தியின் கொப்புளத்தைப் பார் என்று சொல்லி மறைந்தருளினார். விழித்தெழுந்த நீலநக்கர் மனைவியார் இறைவன்பாற் கொண்டிருந்த அன்பினை யுணர்ந்து ஆலயத்திற்குச் சென்று மனைவியாரை இல்லத்திற்கு அழைத்துவந்தார்.

திருஞானசம்பந்தர் அடியார் திருக்கூட்டத்துடங் சாத்த மங்கைக்கு எழுந்தருளியபோது எதிர்கொண்டு வரவேற்று திருவமுது படைத்து உபசரித்தார். பிள்ளையாருடன் வந்த திருநீலகண்டப் பெரும்பாணரும் அவர் மனைவியார் மதங்கசூளாமணியாரும் தங்குதற்குத் தம் இல்லத்தில் வேள்வி வளர்க்கும் பூசையறையைக் கொடுத் தார்.

திருஞானசம்பந்தப்பிள்ளை யார் திருமணத்தினைக் காண மனைவியுடன் சென்று திருமண வேள்விச் சடங்கினை முன்னின்று நிகழ்த்தித் திருநல்லூர்ப் பெருமணத்தில் ஈறில் பெருஞ்சோதியினில் உடன்புகுந்தார்

28. நமிநந்தியடிகள் நாயனார்

இவர் சோழநாட்டில் ஏமப்பேறூரில் அந்தணர் குலத்தில் தோன்றினார். இவர்க்குப் பெற்றோர் இட்ட பெயர் நம்பிநந்தி என்பதாகும். அதுவே நமிநந்தி எனத் திரிந்து வழங்கியது. நமிநந்தியடிகள் இரவும் பகலும் சிவ பெருமானைப் பூசித்து மகிழும் சீலமுடையவர். இவர் ஒருநாள் திருவாரூர்த் திருக்கோயிலை வழிபடச் சென்றார். அக்கோயிலின் ஒரு பக்கத்தே அரனெறி என்னும் கோயிலை மாலைக் காலத்தில் அடைந்தபொழுது அங்கு விளக்கில்லை. விளக்கேற்றி வழிபட எண்ணிய இவர், கோயிலின் அண்மையிலுள்ள ஒரு வீட்டிற்சென்று விளக்கிற்கு எண்ணெய் கேட்டார். அவ்வீட்டார் சமணர்கள். அவர்கள் நமிநந்தியாரை நோக்கி தீயினைக் கையிலேந்தியுள்ள உங்கள் இறைவனுக்கு விளக்கு தேவையற்றது. நெய் இங்கு இல்லை. விளக்கெரிப்பதாகில் 'நீரை முகந்து எரிப்பீராக' என்றனர். அந்நிலையில் நமி நந்தியே, அயலேயுள்ள குளத்தின் நீரை முகந்து 'விளக்கு ஏற்றுக' என்றதோர் அசரீரி வாக்கெழுந்தது. அதனைக் கேட்ட நமிநந்தியடிகள் திருவைந்தெழுத்தோதி கமலாலயத் திருக்குளத்து நீரை முகந்து விளக்கேற்றினார், விளக்கு சுடர்விட்டெரிவு தாயிற்று. நாளும் இவ்வாறு நீரால் திருவிளக்கும் பணியினை மேற்கொண்டு செய்து வந்தார். அப்பொழுது தண்டியடிகள் நாயனாரால் சமணர்கள் கலக்கமடைந்து ஆரூரைவிட்டு அகன்றனர். சோழமன்னர் நிபந்தமளித்துத் திருவாரூரிற் பங்குனி யுத்திரப் பெருவிழாவைச் சிறப்புற நிகழ்த்துதற்கு நமிநந்தியடிகள் உறுதுணையாயிருந்தார்.

திருவிழா நாட்களில் ஒருநாள் திருவாரூரிறைவர் அருகேயுள்ள 'மணலி' என்ற ஊருக்கு எழுந்தருள்வது வழக்கம். இறைவர்

மீண்டு திருவாரூர் புக மாலைப் பொழுதாயிற்று. விழாவினைக் கண்டு மகிழ்ந்த நமிநந்தியடிகள் இரவில் தம்மூர்க்கு வீட்டினுள்ளே புகாமல் புறங் கடையிற் படுத்துறங்கினார். மனைவியார் அவரை எழுப்பி, வீட்டினுள்ளே வந்து சிவ வழிபாடு செய்து பள்ளிகொள்ளலாம் என் அழைத்தார். அது கேட்ட நமிநந்தியடிகள் 'இன்றைய தினம் திருவாரூர்ப் பெருமான் திருமணலிக்கு எழுந்தருளியபோது யானும் உடன் சேவித்துச் சென்றேன். அக்கூட்டத்தில் எல்லாச் சாதியாரும் கலந்திருந்ததால் தீட்டுண்டாயிற்று. "நீராடியே வீட்டிற்குள் வருதல்" வேண்டும். 'குளித்தற்குத் தண்ணீர் கொண்டுவா' என்று கூற அவரும் உள்ளே விரைந்து சென்றார். இதற் கிடையில் நமிநந்தியடிகளுக்குச் சிறிது உறக்கம் வந்தது. அப்பொழுது வீதிவிடங்கப் பெருமான் அடிகள் கனவில் தோன்றி, 'அன்பனே, திருவாரூர்ப் பிறந்தார் எல்லாரும் நம் சிவகணங்களே. அதை நீ காண்பாய்' என்று சொல்லி மறைந்தருளினார். விழித்தெழுந்த நமிநந்தியடிகள் அடியார்களிடையே சாதிவேறுபாடு நினைந்தது தவறென்றுணர்ந்து எழுந்தபடியே வீட்டினுள்ளே சென்று சிவபூசையை முடித்து விடிந்தபின் திருவாரூர்க்குச் சென்றார். திருவாரூர்ப் பிறந்தார்கள் எல்லாரும் சிவசொரூபம் பெற்றவர்களாகத் தோன்றக் கண்டார். அடியார் களிடையே சாதி வேறுபாடிருப்பதாக எண்ணிய தமது பிழையைப் பொறுத்தருளும்படி இறைவனை வேண்டினார் திருவாரூரையே தங்குமிடமாகக் கொண்டு திருத் தொண்டுகளைச் செய்து திருநாவுக்கரசரால் 'தொண்டர்க்கு ஆணி' எனச் சிறப்பிக்கப்பெறும் பேறு பெற்று இறைவன் திருவடி நீழலை அடைந்தார்.

29. திருஞானசம்பந்தமூர்த்தி நாயனார்

சோழ நாட்டிலே பிரமபுரம் முதலிய பன்னிரண்டு திருப்பெயர்களையுடைய சீகாழிப்பதியிலே நான்மறை யுணர்ந்த அந்தணர் குலத்திலே கௌணிய கோத்திரத்திலே சிவபாதவிருதயர் என்பார் செய்த தவ பயனாக அவர்தம் மனைவியார் பகவதியார் திரு வயிற்றில் ஆண்மகவு பிறந்தது. வேதநெறி தழைத் தோங்க மிகுசைவத்துறை விளங்கத் தோன்றிய அக் குழந்தை மூன்றாம் வயதில் தம் தந்தையாருடன் சீர்காழிக் கோயிலுக்குச் சென்றது. தந்தையார் பிரம தீர்த்தக் கரையில் அக்குழந்தையை அமரச்செய்து தாம் குளத்தில் மூழ்கி நீராடினார். அவர் நீருள் மூழ்கி மந்திரம் ஓதும் நிலையில் தந்தையைக் காணாத அக்குழந்தை திருத்தோணிச் சிகரத்தைப் பார்த்து 'அம்மே அப்பா' என்று கூவியழுதது. அந்நிலையில் தோணிபுரத்து இறைவர் உமையம்மையுடன் விடை மேல் எழுந்தருளிப் பிரமதீர்த்தக் கரையினையடைந்து உமாதேவியாரை நோக்கி, அழுகின்ற பிள்ளைக்கு முலைப் பாலைப் பொற்கிண்ணத்தில் ஊட்டுக எனப் பணித் தருளினார். உமையம்மையாரும் சிவஞானமாகிய இனிய அமிழ்தத்தை பாவிற்குழைத்துப் பிள்ளையார் கையிற் கொடுத்து அழுகையைத் தீர்த்துப் பாலடிசிலை ஊட்டி யருளினார். இங்ஙனம் பிள்ளைமைப் பருவத்திலேயே அம்மையப்பரால் ஆட்கொள்ளப் பெற்றமையால் ஆளுடைய பிள்ளையார் எனவும் திருஞானசம்பந்தர் எனவும் போற்றப் பெற்றார்.

நீரில் மூழ்கி நியமங்களை முடித்துக் கரையேறிய சிவபாத விருதயர் பால் வடியும் வாயினராய் நின்ற பிள்ளையை நோக்கி 'யார்' கொடுத்த பாலையுண்டாய்? எச்சில் கலக்க இதனை அளித்தாரைக் காட்டுக' என்று சிறிய கோலொன்றை எடுத்து அடிப்பதற்கு ஓங்கினார். அப்பொழுது திருஞானசம்பந்தப் பிள்ளையார் தோடுடைய செவியன்

என்னும் திருப்பதிகத்தினைப் பாடி எம்மை இதுசெய்த பிரான் பிரமாபுரம் மேவிய பெம்மான் இவனே எனத் தம் தந்தையார்க்குச் சுட்டிக் காட்டினார். தந்தையார் பின்தொடரத் தோணிபுரத்திறைவரைப் பாடிப்பரவிய திருஞானசம்பந்தர் அருகேயுள்ள திருக்கோலக்காத் திருக் கோயிலையடைந்து தம் மெல்லிய கைகளால் தாளமிட்டுப் பாடினார். கோலக்கா விறைவர் அவருக்குப் பொற்றாளம் கொடுத்தருளினார். தம் தாயார் பிறந்த திருநனிபள்ளிக்குத் தந்தையார் தோளில் அமர்ந்த சென்ற பிள்ளையார் பாலை நிலம் நெய்தல் நிலமாகும்படி 'காரைகள் கூகைமுல்லை' என்ற பதிகம் பாடினார். திருநீலகண்ட யாழ்ப்பாணரும் அவர் மனைவியார் மதங்க சூளாமணியாரும் திருஞானசம்பந்தரை வணங்கி அவர் அருளிய திருப்பதிகங்களை யாழில் வாசிக்கவும் மிடற்றிற் பாடவும் பேறு பெற்றனர்.

ஆளுடைய பிள்ளையார் தில்லைப்பெருமாளை வணங்கித் திருநெல்வாயில் அரத்துறை யடைந்தபொழுது அரத்துறையீசர் அருளால் முத்துச்சிவிகை குடைசின்னம் பெற்றார். சீகாழியில் தமக்கு உபநயனச் சடங்கு நிகழ்ந்தபோது 'அந்தியுள் மந்திரம் அஞ்செழுத் துமே' எனப் பஞ்சாக்கரத் திருப்பதிகத்தைப் பாடியருளினார். சீகாழிப்பதியில் தம்மைக் காண வந்த திருநாவுக்கரசரை, 'அப்பரே' என அன்புடன் அழைத்து நண்பினால் உபசரித்தார். திருப்பாச்சிலாச்சிராமம் என்ற தலத்தை வணங்கச் சென்றபோது மழநாட்டரசன் கொல்லி மழவன் பெற்ற பெண்ணின் முயலக நோயைத் தீர்த்தருளினார். பனிப்பருவத்தில் கொங்கு நாட்டில் திருக் கொடிமாடச் செங்குன்றூரில் தங்கியிருந்தபோது தம்முடன் வந்த திருக்கூட்டத்தாரைப் பனியென்னும் சுரநோய் பற்றாதபடி 'அவ்வினைக் கிவ்வினை' என்னும் திருநீலகண்டத் திருப்பதிகத்தைப் பாடியருளினார். வேனிற்பருவத்தில் நண்பகலில் பட்டீச்சுரத்தை யடைந்த பொழுது சிவபெருமான் திருஞானசம்பந்தர்க்கு முத்துப் பந்தர் கொடுத்தருளினார். தந்தையார் வேள்வி செய் தற்கெனப் பொன் வேண்டிப் பாடியபோது திருவாவடு துறையிறைவர் ஆயிரம் பொன்களைக் கொண்ட உலவாக் கிழியினைக்

கொடுத்தருளினார். திருநீலகண்டப்பாணர் தாயார் பிறந்த தருமபுரத்தில் அவர் வேண்டிய வண்ணம் யாழ்முரிப் பண் பாடியருளினார். திருச்சாத்தமங்கை, திருச் செங்காட்டங்குடி, திருப்புகலூர் முதலிய தலங்களை வணங்கியபோது திருநீலநக்கர், சிறுத்தொண்டர், முருகனார் முதலிய அடியார்களுக்கு நண்பராய் அவர்களைத் திருப்பதிகத்திற் பாராட்டினார். திருமருகலில் விடந்தீண்டியிருந்த வணிகனைப் பதிகம் பாடி எழுப்பி அவனுடன் வந்த பெண்ணை அவனுக்குத் திருமணஞ் செய்து வைத்தருளினார். திருநாவுக்கரசருடன் திருவீழிமிழலையில் தங்கியிருந்த போது திருவீழிமிழலைப் பெருமான் பஞ்ச காலத்தில் நாள்தோறும் இருவர்க்கும் படிக்காசு அருள் உடன்வந்த அடியார்களுக்கு அமுது செய்வித்தருளினார். திருமறைக்காட்டில் 'சதுரம் மறைதான் துதி செய்து வணங்கும்' என்ற திருப்பதிகத்தினைப் பாடி மறைக்கதவினை மூடச்செய்தார்.

பாண்டிமாதேவியார் மங்கையர்க்கரசியாரும் அமைச்சர் குலச்சிறையாரும் வேண்டிக்கொண்டதற்கிசைந்து பாண்டிநாடு சென்று திருவாலவாய்பெருமானைப் பாடிப் பரவினார். பாண்டியனது சார்பு பெற்ற சமணர்கள் சம்பந்தர் தங்கிய திருமடத்தில் நள்ளிரவில் தீயிட்டனர். அதனையுணர்ந்து சம்பந்தர் 'அத் தீபையவே சென்று பாண்டியற் காகவே' எனப் பாடினமையால் பாண்டியனுக்கு வெப்பு நோய் உண்டாயிற்று. சமணர்கள் மந்திரித்தும் பயனில்லை. மந்திரியார் குலச்சிறை யாரும் மங்கையர்க்கரசியாரும் திருஞானசம்பந்தரைப் பணிந்து வேண்ட அவர் "மந்திரமாவது நீறு" என்னும் திருநீற்றுப்பதிகத்தைப் பாடி நீறுகொண்டு பாண்டியன், மேனியில் தடவியருளப் பாண்டியன் சுரநோய் நீங்கி அய்ந்தான். தோல்வியுற்ற சமணர்கள் நெருப்பிலும் நீரிலும் தத்தம் சமயவேடுகளை, இட்டு வாது செய்வோம் எனச் சம்பந்தரை வாதுக்கு அழைத்தனர். பிள்ளையாரும் போகமார்த்த என்னும் திருப்பதிகம் எழுதிய ஏட்டினைத் தீயிலிட்டுப் பச்சைப் பதிகமாகக் காட்டினார். 'வாழ்க அந்தணர்' என்னும் திருப் பாசுரம் பாடி அப்பதிக ஏட்டினை

வைகையாற்றில் இட்டு எதிர் ஏறிச் செய்தருளினார். இவ்வாதுகளில் தோல்வியுற்ற சமணர்கள் தாம் செய்து கொண்ட சபதப்படி கழுவிலேறி உயிர் துறந்தனர்.

சமணர் சூழலில் அகப்பட்டிருந்த கூன்பாண்டியனை கூனிமிர நின்றசீர் நெடுமாறனாக்கிய திருஞானசம்பந்தர் ஆலவாய் இறைவரைப் போற்றிப் பாண்டி நாட்டுத் தலங்களைப் பணிந்து சோழ நாட்டுக்கு எழுந்தருளினார். திருக்கொள்ளம்பூதூர் இறைவனை வழிபடச் செல்லும் போது ஆற்றில் வெள்ளம் பெருகியது, 'கொட்ட மேகமழும்' என்ற பதிகம் பாடி நாவலமே கோல ஓடஞ் செலுத்தி அடியார்களுடன் இறைவனை வழிபட்டார். திருத்தெளிச்சேரியில் பிள்ளையாரது திருச்சின்ன ஒலி கேட்டுப் புத்தர்கள் தடுத்தனர், பிள்ளையார் பாடிய திருப்பதிகங்களை எழுதிக்கொள்ளும் அடியார் ஒருவர், 'புத்த சமண கழுக்கையர்' என ஞானசம்பந்தர் பாடலைப் பாடி புத்த நந்தி தலையில் இடி விழச் செய்தார். புத்தர்கள் வாதில் தோற்றுச் சைவராயினர்.

திருப்பூந்துருத்தியை அடைந்த திருஞானசம்பந்தர் நண்பிற்சிறந்த நாவுக்கரசருடன் அளவளாவி மகிழ்ந்தார். சீகாழிப்பதியை யடைந்து தோணியப்பரை வணங்கினார். தொண்டை நாட்டுத் தலங்களை வணங்க எண்ணிய சம்பந்தர் தில்லைக்கூத்தனைப் பணிந்து அண்ணமலையை வழிபட்டுத் திருவோத்தூரை யடைந்தார். அங்கு அடியார் ஒருவர் வேண்டுகோட்கிணங்கிப் 'பூத்தேர்ந்தாயன' என்ற பதிகத்தால் ஓத்தூர்ப் பெருமானைப் பரவிப் போற்றி ஆண்பனைகள் பெண்பனைகளாகக் காய்க்கும்படி செய்தருளினார்.

காரைக்காலம்மை யார் தலையாலே நடந்த பதியாகிய திருவலாங்காட்டினை மிதிக்க அஞ்சி அதன் அருகேயுள்ள ஊயில் துயில் கொண்டார். அந்நிலையில் ஆலங்காட்டடிகள் கனவில் தோன்றி 'நம்மைப் பாடுதற்கு மறந்தனையோ என வினவியருளத் 'துஞ்ச வருவாரும்' என்ற பதிகத்தைப் பாடிப் போற்றினார். திருக்காளத்தியை யடைந்து காளத்தி

யிறைவரையும் அருகே நின்ற கண்ணப்ப நாயனாரையும் வழிபட்டுத் திருவொற்றியூரை யடைந்தார்.

மயிலாப்பூரில் வணிகர் குலத்திற் பிறந்த சிவநேசர் என்பார் திருஞானசம்பந்தர் பாண்டி நாட்டில் சமணரை வாதில் வென்று திருநீறு பரப்பிய திறத்தை அறிந்தார். வாயிலாகக் கேட்டு, காழிநாடுடைய சம்பந்தர்க்கு அடி யேன் யான் பெற்ற பூம்பாவையையும் ஈட்டிய பெருஞ் செல்வத்தையும் அவர்க்கே உடைமையாகக் கொடுத்தேன்" என மொழிந்தார்.

தன் மகள் பூம்பாவை மலர் கொய்யும் நிலையில் அரவு தீண்டியிறந்தாள். அவளது உடம்பைத் தகனஞ்செய்து எலும்பினை ஒரு குடத்தில் இட்டுக் கன்னிமாடத்தில் வைத்துப் பூசித்து வந்தார். திருவொற்றியூரில் திருஞானசம்பந்தர் எழுந்தருளிய நிலையில் அவரைத் திருமயிலைக்கு அழைத்து வந்து தமது குறையைத் தெரிவித்துக் கொண்டார். திருமயிலாப்பூரைத் யடைந்த திருஞானசம்பந்தர் இறைவரை வழிபட்டுப் புறத்தே போந்து சிவநேசரை நோக்கி அவர் மகளது என்பினைச் சேமித்து வைத்த குடத்தினை கோயில் வாயிலிற் கொணரச் செய்தார். இறைவனது திருவருளை நினைந்து மக்கள் அடைதற்குரிய "பெரும்பயன் சிவனடியார்களை அமுது செய்வித்தலும் இறைவனது திருவிழாப் பொலிவு கண்டு மகிழ்தலுமே என்பது உண்மையானால் பூம்பாவாய் நீ உலகர் முன் உயிர் பெற்று வருவாயாக" என 'மட்டிட்ட புன்னையங்கானல்' என்ற திருப்பதிகத்தைப் பாடியருளினார். அந்நிலையில் செந்தாமரை மலர் விரிய அதனுள் இருந்து தோன்றும் திருமகள் போன்று குடம் உடையக் குவித்த செங்கையினளாய் உயிர் பெற்றுத் தோன்றினாள். சிவபெருமானை யிறைஞ்சி திருஞானசம்பந்தரை வணங்கி நின்றாள். புண்ணியப் பதினாறாண்டு நிரம்பிய ஞான சம்பந்தரை நோக்கிப் பூம்பாவையைத் திருமணஞ்செய்து கொள்ளும்படி.

சிவநேசர் வேண்டிக்கொண்டார்.

நீவிர் பெற்ற பெண் விடத்தினால் இறந்த பின்பு இறைவன் திருவருளால் யாம் பூம்பாவையை மீண்டும் பிறப்பித்தோம். ஆதலால் இவள் என் மகளே என்று மறுத்தருளினார். பூம்பாவையும் சிவனருளைச் சிந்தித்திருந்து சிவத்தை மேவினாள்.

திருஞானசம்பந்தர் மயிலைப் பெருமானை வழிபட்டுப் பல தலங்களைப் பணிந்து பாடிச் சீகாழிப்பதியை யடைந்தார். அவரை வணங்கும் விருப்புடன் முருக நாயனார், திருநீலநக்கர் சுற்றத்தாருடன் சீகாழிப்பதியை அடைந்தனர். சிவபாதவிருதயரும் சுற்றத்தாரும் திரு ஞானசம்பந்தரைத் திருமணஞ்செய்துகொள்ளுதல் வேண்டும் என வற்புறுத்தி உடன்படச் செய்தார்கள். திருநல்லூரில் வாழும் நம்பாண்டார் நம்பி மகளாரை மகட்பேசி முடித்தார்கள்; திருமண நாளில் திருஞான சம்பந்தர் திருமணக் கோலத்துடன் திருநல்லூர்க்கெழுந் தருளினார். நம்பாண்டார் நம்பி தம் மனைவியாருடன் திருஞானசம்பந்தர் திருவடிகளைத் தூய நீரால் 'யான் பெற்ற மகனை ஆளுடைய பிள்ளையார்க்கு அளித்தேன்' என நீர் வார்த்துக் கொடுத்தார். திருநீலநக்க நாயனார் திருமணச் சடங்கினை வேத விதிப்படி நிகழ்த்தினார். திருஞானசம்பந்தர் வெண்பொரியினைத் தூவித் தீவலஞ் செய்யும் நிலையில் மணமகளது கையைப் பற்றிக்கொண்டு. 'விருப்புறும் அங்கியாவார் விடையுயர்த் தவரே' என மந்திர முறையில் வளர்த்த தீயினை வலம் வருபவர் 'இவளோடும் சிவன் தாள்சேர்வேன்' என்னும் உறுதி கொண்டு திருப்பெருமணக்கோயிலை அடைந்தார். உறவினர்களும் திருமணங் காணவந்த அடியார்களும் பிள்ளையாரைத் தொடர்ந்து சென்றனர்.

ஞான சம்பந்தர் 'கல்லூரப் பெருமணம் வேண்டா' என்ற திருப்பதிகத்தினைப் பாடி "நாதனே உன்திருவடி நீழல் சேரும் பருவம் இதுவாகும்" என உளமுருகிப் போற்றினார். அப்பொழுது திருப்பெருமணக் கோயிலில் இறைவன் தூய சோதிப் பிழம்பாகத் தோன்றி ஞானசம்பந்தனே நீயும் நின் மனைவியும் திருமணங்கான இங்கு வந்துள்ள எல்லோரும் இந்தச் சோதியுள்ளே வந்து சேருங்கள் என அச்சோதியிற் புகுதற்குரிய வாயிலையும் காட்டி அருள் புரிந்தார். உலகத்தார் உய்ய ஞான நன்னெறி யினை அறிவுறுத்த எண்ணிய திருஞானசம்பந்தர் காதலாகிக் கசிந்து கண்ணீர் மல்க என்னும் நமச் சிவாயத் திருப்பதிகத்தைப் பாடி இச்சோதியுள் யாவரும் வந்து புகுமின் என அழைத்துத் திருமணங் காணவந்த எல்லோரும் புகுந்த பின்னர்க் காதலியைக் கைப்பற்றிச் சோதியை வலம் வந்து அதனுள்ளே புகுந்து சிவ பெருமானோடு ஒன்றி உடனானார்.

30. ஏயர்கோன் கலிக்கா நாயனார்

சோழநாட்டில் திருப்பெருமங்கலம் என்றவூரில் வேளாளர் குலத்தில் ஏயர் கோக்குடியில் தோன்றியவர் ஏயர்கோன் கலிக்காமர் நம்பியாரூரர் பரவையார்பால் இறைவனைத் தூதாக அனுப்பிய செய்தியைக் கேட்டும் பொறாது மனம் வருந்திய கலிக்காமர் யான் சுந்தரனைக் கண்டால் என்னாகும் என்று வெகுண்டார். சுந்தரரையும் ஏயர்கோனையும் ஒன்றுபடுத்தத் திருவுளங்கொண்ட சிவ பெருமான் கலிக்காமர்க்குச் சூலை நோய்வருமாறு செய்து கலிக்காமரிடம் சென்று 'இந்நோய் வன்றொண்டன் வந்தால் நீங்கும்' என்று கூறி வன்றொண்டரை ஏயர் கோனுக்குற்ற நோயைத் தீர்க்கும்படி அனுப்பியருளினார். வன்றொண்டர் வருவதனை தமது சூலை நோயை நீக்க யறிந்த கலிக்காமர் அவரால் நோய் தீர்வதிலும் தாம் இறத்தலே நன்றென்று, உடைவாளால் தமது வயிற்றைக் கிழித்து உயிர் துறந்தார். அந்நிலையில் அங்கு வந்த வன்றொண்டர் யானும் உயிர் துறப்பேன் என்று அவ்வுடைவாளை எடுத்தார். அப்போது கலிக்காமர் இறைவனருளால் உயிர் பெற்றெழுந்து அவ்வுடை வாளைப் பற்றிக்கொண்டு சுந்தரரது அன்பின் திறத்தை யுணர்ந்து அவருடைய திருவடிகளில் வீழ்ந்து வணங்கினார். சுந்தரரும் ஏயர்கோன் கலிக்காமரும் திருப்புன்கூர் இறைவரைப் போற்றி ஆருயிர் நண்பராயினர்.

31. திருமூல நாயனார்

திருக்கயிலாயத்தில் இறைவன் திருவருள் பெற்ற சிவயோகியாராகிய சித்தர்களில் ஒருவர் அகத்திய முனிவரைக் காணப் பொதியமலைக்குச் செல்ல விரும்பினார். செல்லும் வழியில் திருக்கேதாரம், பசுபதி நேபாளம், அவி முத்தம் (காசி), விந்தமலை, திருப்பருப்பதம், திருக் காளத்தி முதலிய தலங்களைப் பணிந்து திருவேகம்பப் பெருமானை இறைஞ்சித் தில்லையம்பலத்தில் திருக் கூத்துத் தரிசனங்கண்டு காவிரியில் நீராடி அதன் தென்கரையில் திருவாவடுதுறையினை யணுகி இறைவனை வழிபட்டார். அங்கிருந்து புறப்பட்டுக் காவிரிக்கரையை அடைந்தபோது பசுக்களை மேய்த்துக்கொண்டிருந்த மூலன் என்னும் ஆயன் திடீரென இறந்தானாக. அவனால் மேய்க்கப்பெற்ற பசுக்கள் அவனைச் சுற்றிக் கதறின.

இவன் உயிர் பெற்றெழுந்தாலன்றி இப்பசுக்கள் துயரம் தீராது என எண்ணிய சிவயோகியார், தம்முடைய உடம்பினைப் பாதுகாவலான இடத்தில் மறைத்து வைத்துவிட்டுக் கூடு விட்டுக் கூடு பாய்தல் (பரகாயப் பிரவேசம்) என்னும் சித்தித்திறத்தால் தமது உயிரை ஆயனுடம்பிற்புகு மாறு செலுத்தித் திருமூலராய் எழுந்தார். பசுக்கள் மகிழ்ந்தன. மாலைப்பொழுது வந்ததும் தத்தம் உறையுளுக்குத் திரும்பிச் சென்றன. திருமூலர் அவற்றின் பின்னே சென்றார். மறுநாள் தமது பழையவுடம்பினைப் பாதுகாத்துவைத்திருந்த இடத்திற்கு வந்து பார்த்தார். இறைவனருளால் அவ்வுடம்பு மறைக்கப்பட்டது. அதனால் மூலன் உடம்பிலேயேயிருந்து திருமூலராகித் திருவாவடுதுறையிலுள்ள திருக்கோயிலில் அரச மரத்தடியில் சிவயோகத்து அமர்ந்திருந்தார். என்னைத் திருமூலனுடம்பிற் புகுத்திய இறைவனது அருள் நோக்கம்

தமிழாகத்தால் தன்னியல்பினை நன்றாக உணர்த்துதற் பொருட்டே எனத் தெளிந்து ஆண்டொன்றுக்கு ஒரு பாடலாகத் தமிழ் மூவாயிரம் ஆகிய திருமந்திர மாலையை அருளிச்செய்து திருக்கயிலையை அடைந்தார்.

32. தண்டியடிகள் நாயனார்

திருவாரூரிற் பிறந்த தவச்செல்வராகிய இவர். திருவாரூர்த் திருக்குளத்தினைச் சமணர்கள் வரவரத் தூர்த்துக் கொண்டு வருதலைத் தடைசெய்ய எண்ணினார். பிறவிக்குருடராகிய இவர் அக்குளத்தை ஆழப்படுத்தக் கருதித் திருக்குளத்தில் ஒரு தறியும் குளக்கரையில் ஒரு தறியும் நட்டு, அவற்றிடையே கயிறு கட்டி அக்கயிற்றைத் தடவிக்கொண்டே குளத்தில் இறங்கி மண்ணைத் தோண்டிக் கரையிற் கொண்டுவந்து கொட்டினார். இவர் செயலை வெறுத்த சமணர்கள் மண்ணைத் தோண்டினால் சிற்றுயிர்கள் இறந்துபடும் என்று கூறித் தடுத்தனர். தண்டியடிகள் அவர்கள் பேச்சைக் கேளாது தமது பணியினைச் செய்ய முற்பட்டார். அந்நிலையில் சமணர்கள் தண்டிகளை நோக்கிக் 'குருடா. செவியும் இழந்தனையோ' என இகழ்ந் தனர். அதுகேட்ட தண்டியடிகள் வெகுண்டு 'மந்த உணர்வும் விழிக்குருடும் கேளாச் செவியும் உமக்கே யுள்ளன' என்றார். அது கேட்ட சமணர்கள் 'நீ உன் தெய்வத்தருளால் கண் பெற்றாயாகில் நாங்கள் இந்தவூரில் இருக்கமாட்டோம் என்று சொல்லித் தண்டியடிகள் கையிலுள்ள மண்வெட்டியைப் பறித்து நட்ட தறியையும் பிடுங்கி எறிந்தனர். தண்டியடிகள் அரசன் முன்னிலையில் திருக்குளத்தில் மூழ்கி இறைவனருளால் கண்ணொளி பெற்று எழுந்தார். சமணர்கள் யாவரும் கண்ணொளி யிழந்தனர். அரசன் தண்டியடிகட்கு இடர் விளைத்த சமணர்களை ஊரைவிட்டு அகற்றினான். குளக்கரையினை யடைத்திருந்த சமணப்பாழிகளை இடித்துப் போக்கிக் குளத்தின் கரைகளைச் செம்மைப்படுத்தினான். தண்டியடிகள் நாயனார் திருவாரூரிற் சிவப்பணிகள் பல புரிந்து இறைவனடி சேர்ந்தார்.

33. மூர்க்க நாயனார்

தொண்டை நாட்டில் திருவேற்காடு என்னும் ஊரில் வேளாளர் குலத்திற் பிறந்தவர் மூர்க்க நாயனார். இவர் சூதாடுந்தொழிலில் தேர்ச்சி பெற்றவர். சூதாடி வென்று கொண்டே பொருளையெல்லாம் சிவனடியார்களுக்கு அமுதூட்டுவதில் செலவு செய்துவந்தார். தம்மூரில் சூதாட வருவோர் கிடைக்காமையால் சோழ நாட்டுத் திருக்குடந்தைக்கு வந்து தங்கிச் சூதாடிப் பெற்ற பொருளைக்கொண்டு நாள்தோறும் சிவனடியார்களுக்கு அமுது படைத்து வருவாராயினர். தம்முடன் சூதாட வருவோர் ஆட்டத்தில் முறை தவறி நடப்பா ராயின் அவர்களை வாளாற் குத்திக் கொல்லும் மூர்க்கத் தன்மையினராக இவர் வாழ்ந்தமையால் மூர்க்கர் என் வழங்கப்பெற்றார். எத்தொழிலைச் செய்தேனும் அடி யார்களது பசியை அகற்றுதலைக் குறிக்கோளாகக் கொண்ட மூர்க்க நாயனார் சிவனடியார்களுக்கு அன்னம் அளித்து அரண்டியை அடைந்தார்;

34. சோமாசிமாற நாயனார்

சோழ நாட்டில் அரிசிலாற்றங்கரையிலுள்ள அம்பர் (அம்பல்) என்ற ஊரில் "நான்மறை வழியே வேள்வி" செய்யும் வேதியர் மரபில் தோன்றியவர் சோமாசி மாறர் வேள்விகள் பல செய்த இவர், சிவனடியார்களுக்கு அன்புடன் அமுதூட்டும் பணியினை ஆர்வமுடன் செய்பவர்! திருவைந்தெழுத்து ஓதும் நியமம் பூண்டவர்; திருவாரூரை அடைந்து சுந்தரமூர்த்தி நாயனாரின் திருவடிகளை அன்பினால் இடையறாது போற்றினார். இத்தகைய அன்பின் திறத்தால் சிவலோகத்தை யடைந்து பேரின்பம் உற்றார்.

35. சாக்கிய நாயனார்

சங்கமங்கை என்னும் ஊரில் வேளாளர் மரபிற் பிறந்த இவர், எவ்வுயிர்க்கும் அருளுடையராய்ப் பிறவா நிலை பெற விரும்பிக் காஞ்சி நகரத்தையடைந்து புத்த சமயத்தை மேற்கொண்டார். அதுபற்றிச் சாக்கியர் எனப் பெயர் பெற்றார். புத்த சமயத்தை மேற்கொண்ட இவர் பல சமய நூல்களையும் பயின்று சிவநெறியே பொருளாவது எனத் தெளிந்தார். உலகிற் செய்யப்படும் வினை; அவ்வினையைச் செய்யும் ஆன்மா வினைப் பயனை ஆன்மா நுகரும்படி ஊட்டுவிக்கும் இறைவன் என்னும் மெய்ப்பொருள் நான்கையும் வற்புறுத்துவது சைவசமயம் ஒன்றேயாகும். எந்நிலையில் நின்றாலும் கோலம் கொண்டாலும் சிவனடியினை மறவாது போற்றுதலே உறுதிப்பொருளாகும் என்று ஆராய்ந்து துணிந்த சாக்கியர் தாம் கொண்ட புத்த வேடத்துடனேயே சிவ பெருமானை மறவாது போற்றுவாராயினார். சிவலிங்கப் பெருமானைக் கண்டு கும்பிட்ட பின்னரே உண்பது என் உறுதி பூண்டார். சிவலிங்கத்தினைக் கண்டார். அம் மகிழ்ச்சியின் பயனாக இன்னது செய்வதென்றறியாது அருகிற் கிடந்த செங்கற்சல்லியை எடுத்து அதன் மேல் எறிந்தார். அதுவே சிவபெருமானுக்கு உவப்பாயிற்று

ஒரு நாள் உணவுண்ண வந்த சாச்கியர் 'இன்று எம் பெருமானைக் கல்லால் எறிதற்கு மறந்துவிட்டேனே' என்று எழுந்து விரைந்தோடிச் சிவலிங்கத்தின்மேல் சிறு கல்லினை எறிந்தார். இறைவனை மறவாத பேரன்பினையுடைய அவர்க்குச் சிவபெருமான் உமையம்மை யாருடன் விடைமேல் தோன்றிக் காட்சி கொடுத்துச் சிவலோகத்தில் தம் பக்கத்தேயிருக்கும் பெருஞ்சிறப்பினை வழங்கியருளினார்.

36. சிறப்புலி நாயனார்

பொன்னி நாட்டில் திருஆக்கூரில் அந்தணர் குலத்திலே தோன்றியவர் சிறப்புலி நாயனார். இவர் சிவனடியார்பாற் பேரன்புடையராய் அவர்களை எதிர் கொண்டு வணங்கி இன்மொழி பகர்ந்து திருவமுது செய்வித்து அவர்கள் விரும்புவனவற்றைக் குறைவறக் கொடுத்து மகிழும் சீர்கொண்ட புகழ் வள்ளலாகச் சிறந்து விளங்கினார். இவர் திருவைந்தெழுத்தோதிச் சிவபெருமானைக் குறித்துச் செய்தற்குரிய வேள்விகள் புரிந்து இடையறாப் பேரன்பால் நல்லறங்கள் பவ செய்து சிவபெருமான் திருவடி நீழலை அடைந்து இன்புற்றார்.

37. சிறுத்தொண்ட நாயனார்

சோழ நாட்டில் திருச்செங்காட்டங்குடியில் மாமாத்திரர் குலத்தில் தோன்றியவர் பரஞ்சோதியார். இவர் மருத்துவத்துறையிலும் படைக்கலத் தொழிலிலும் நிரம்பிய பயிற்சியுடையராய்ப் பல்லவ மன்னனுக்குச் சேனாபதியாய்ப் போர்முனையிற் பகையரசரைப் பொருது வென்று அரசனால் நன்கு மதிக்கப்பெற்றார்; மன்னன் பொருட்டு வடபுலத்திற் படையுடன் சென்று வாதாவி நகரத்தை அழித்து அங்கிருந்து பல்வகை நன்மணிகளையும் யானை குதிரை முதலியவற்றையும் கைப்பற்றித் தம் வேந்தன்பாற் கொணர்ந்தார். இவரது களிற்றுரிமை ஆண்மையினை மன்னன் வியந்து பாராட்டக் கேட்ட அமைச்சர்கள். 'அரசே, இவர் சிவபெருமான்பால் பேரன்புடைய தொண்டராதலால் இவரைப் 'போரில் எதிர்க்க வல்லார் யாரும் இல்லை' என்றனர். அதனைக் கேட்ட மன்னன் எம்பெருமான் 'அடியாரைப் போர்முனை யில் விட்டிருந்தேனே' என அஞ்சிப் பரஞ்சோதியாரை நோக்கி 'இனி நீவிர் உமது விருப்பம் போல மெய்ம்மை புரி திருத்தொண்டு செய்வீராக' என நிதிக்குவையினையும் நீடு விருத்திகளையும் அளித்து விடை கொடுத்தனுப்பினான்.

மன்னவன்பால் விடை பெற்ற பரஞ்சோதியார் தமது ஊராகிய திருச்செங்காட்டங்குடியினை யடைந்து கணபதீச் சரத்திருக்கோயிலில் எழுந்தருளிய இறைவரை வழிபட்டுச் சிவநெறித் தொண்டுகளைச் செய்திருந்தார். திருவெண் காட்டு நங்கையாருடன் மனைவாழ்க்கையினை நிகழ்த்தி நாள்தோறும் சிவனடியார்களைத் திருவமுது செய்வித்துப் பின்பு தாம் உண்ணுதலை வழக்கமாகக் கொண்டார். அடியார்களுக்கு முன் மிகச்சிறியராய்ப் பணிந்து

ஒழுகினமையால் சிறுத்தொண்டர் என அழைக்கப் பெற்றார். சிறுத்தொண்டர்க்கு வெண்காட்டு நங்கைபால் சீராளதேவர் என்னும் திருமைந்தர் அவதரித்தார். ஐந்து வயதில் அவரைப் பள்ளியிற் கல்வி பயில வைத்தனர். அந்நாளில் திருஞானசம்பந்தர் செங்காட்டங்குடிக்கு எழுந்தருளச் சிறுத்தொண்டர் அவரை எதிர்கொண்டு போற்றினார். ஞானசம்பந்தர் கணபதீச்சரப் பெருமானைப் பாடிய திருப் பதிகத்தில் சிறுத்தொண்டரைச் சிறப்பித்துப் பாராட்டினார்.

சிறுத்தொண்டரது அடியார் பத்தியினை உலகமறியச் செய்யத் திருவுளங்கொண்ட கயிலைப் பெருமான் பயிரவ அடியார் வேடந்தாங்கிச் செங்காட்டங்குடியினை அடைந்து சிறுத்தொண்டர் மனையை வினவியடைந்து தாம் கணபதீச்சரத்தில் திருவாத்தியின் கீழ் இருப்பதாகச் சொல்லிச் சென்றார். சிவனடியாரைத் தேடிக் காணாது திரும்பிய சிறுத்தொண்டர், வீட்டிலுள்ளார் சொல்ல ஆத்திமரத்தின் கீழமர்ந்திருந்த அடியாரைக் கண்டு வணங்கினார். தமது இல்லத்தில் திருவமுது செய்தருள வேண்டும் என வேண்டிக் கொண்டார். அன்புக்குரிய சிறுத் தொண்டரே யாம் ஆறு மாதத்துக்கு ஒருமுறை பசுவைக் கொன்று உண்போம். அதற்கு உரிய நாளும் இன்றே.

உண்ணப்படுக்கும் பசு நரபசு. உண்பது அஞ்சு பிராயத்துள்: உறுப்பில் மறுவில்லாதிருக்க வேண்டும். ஒரு குடிக்கு நல்ல சிறுவன் ஒரு மகனைத் தாதை அரியத் தாய் பிடிக்கும் பொழுது தம்மில் மனமுவந்து குற்றமின்றி அமைத்த கறியினை யாம் இட்டு உண்பது. இது செய்தற்கரிய காரியம். உம்மாற் செய்யவொண்ணாது என்று கூறினார். அது கேட்ட சிறுத்தொண்டர் அடியார் அமுது செய்வதாயின் எனக்கு 'யாதும் அரியதில்லை' எனக் கூறி மனையை அடைந்து அடியார் கூறியவற்றை மனைவியாரிடம் கூறி 'யாம் உய்ய நீ பெற்ற மகனை இங்கு அழைப்போம்' என்றார். அது கேட்ட மனைவியார் 'மைந்தனைப் பள்ளியிற் சென்று அழைத்து வாரும்' என்றார். சிறுத்தொண்டரும் மைந்தனை அழைத்து வந்தார். இருவரும் ஒன்றுபட்ட உள்ளத்தினராய் உலகத்தார்

அறியாதபடி காதல் மைந்தனைச் சிவனடியார்க்குக் கறி சமைத்து வேறு கறிகளும் சோறும் சமைத்துப் பயிரவக் கோலத்து அடியாரைத் திருவமுதுண்ண அழைத்து வந்து "திருவமுது படைக்கும் வகை எவ்வாறு? என்று வினவினர். பயிரவ அடியாரும் 'இனிய அன்னமுடன் கறிகள் எல்லாம் ஒருசேரப் படைக்க' எனப் பணித்தார். அவர் கூறியவண்ணம் வெண்காட்டு நங்கையார் பரி கலந்திருத்திப் பாவாடையில் ஏற்றிச் செந்நெற்சோறும் கறியமுதும் படைத்தார். வந்த பயிரவர் சொன்னபடி பசுவினது உறுப்பு எல்லாவற்றையும் கறியாக்கி வைத்தீரோ என்றார். தலையிறைச்சி அமுதுக்காகாது எனக் கழித்து வீட்டோம் என்றார். வெண்காட்டு நங்கையார். அதனைக் கேட்ட பயிரவர் 'அதுவுங்கூட நாம் உண்பது' என்றார். சிறுத்தொண்டாரும் மனைவியாரும் அதுகேட்டுத் திகைத்தனர். அப்போது "சந்தனத்தாதியார்" 'அந்தத் தலையிறைச்சி வந்த தொண்டர் அமுதுசெய்யும்பொழுது நினைக்கவரும் என்று அதனை வைத்துள்ளேன்' என்று அதனை முன்னமே கறியாக்கி எடுத்துக் கொடுத்தார்.

அந்நிலையிற் பயிரவ அடியார் சிறுத்தொண்டரைப் பார்த்து 'நமக்குத் தனியே உண்ண ஒண்ணாது அருகில் அடியார் இருந்தால் அழையும்' என்றார். 'வேறு அடியார் யாரையும் கண்டிலேன் யானும் திருநீறு இடுவாரைக் கண்டு பூசிய அடியவன்' என்றார் சிறுத்தொண்டர். உம்மைப் போல 'நீறிட்டார் உளரோ? நீரும் என்னுடன் இருந்து உண்பீர்' எனக் கூறிய பயிரவர் வெண்காட்டு நங்கையாரை நோக்கி வேறொரு இலைபோடச் செய்து, அதன்கண் வெம்மையிறைச்சிச் சோற்றை எடுத்துப் படைக்க அவ்வாறே செய்தார். அருகே உண்ண அமர்ந்த சிறுத் தொண்டர் அடியாரை உண்பித்தல் வேண்டித் தாம் உண்ணத் தொடங்கியதும், பயிரவ அடியார் அவரைத் தடுத்து 'நம்முடன் உண்ண மகவினைப் பெற்றீராயின் மைந்தனை அழையும்' என்றார். அதுகேட்ட சிறுத் தாண்டர் இப்பொழுது அவன் உதவான் என்றார். 'நாம் இங்கு உண்பது அவன் வந்தால்தான். அவனை நாடி அழைப்பீர் எனப் பணித்தார் பயிரவர். சிறுத்

தொண்டரும் மனைவியாரும் புறத்தே போய் அழைக்கும் போது சிறுத்தொண்டர் மைந்தா மைந்தா வருக என அழைத்தார். 'சிவனாரடியார் உடல் உண்ண அழைக்கின்றார் சீராளா வாராய்' என அழைத்தார் வெண்காட்டு நங்கையார் அப்போது இறைவர் திருவருளால் பள்ளிக் கூடத்திலிருந்து ஓடிவருவனைப் போன்று வந்த புதல்வனைத் தழுவியெடுத்துக் கொண்டு அடியாரை அமுது செய்வித்தல் வேண்டி வெண்காட்டுநங்கையும் சிறுத்தொண்டரும் வீட்டினுள்ளே புகுந்தனர். அந்நிலையில் பயிரவராய் வந்த அடியார் மறைந்தார். அவர்க்குப் படைத்த இறைச்சியுணவும் காணப்படவில்லை. அப்பொழுது மறைந்த சிவபெருமான் உமாதேவியாருடனும் முருகப் பெருமானுடனும் விடைமீதமர்ந்து இனிய கறியும் திருவமுதும் அமைத்தார் காண எழுந்தருளித் திருவருள் நோக்கம் செய்தருளினார். சிவபெருமானும் உமையம்மையும் முருகப்பெருமானும் தம்மை வணங்கி நின்ற சிறுத்தொண்டர், வெண்காட்டு நங்கையார், சீராள தேவர் சந்தனத்தாதியார் ஆகிய நால்வரையும் தம்மை என்றும் பிரியாது வணங்கி மகிழ்ந்திருக்கும் வண்ணம் உடன் அழைத்துக்கொண்டு திருக்கயிலையை அடைந்தருளினர்.

38. சேரமான்பெருமாள் நாயனார்

மலைநாட்டிலே கொடுங்கோளூரில் சேரர்குடியிலே பெருமாக்கோதையார் பிறந்தருளினார். முடிவேந்தர் குடியிற் பிறந்த இவர் தமக்கு உரிய அரசுத் தொழிலை விரும்பாமல் திருவஞ்சைக்களத்து எழுந்தருளிய சிவ பெருமான் திருவடிகளையே பரவும் கருத்துடையராய்த் திருப்பணிகள் பல புரிந்து ஒரு நெறிய மனத்தினால் அருச்சித்து வழிபாடு புரிந்தனர். அங்ஙனம் நிகழும் நாளில் மலை நாட்டை ஆட்சி புரிந்த செங்கோற்பொறையன் அரச பதவியினைத் துறந்து தவஞ்செய்யச் சென்றனன்... அவனையடுத்து நாடாளுரிமைமுறையினர் பெருமாக் கோதையார் என உணர்ந்த அமைச்சர்கள் திருவஞ்சைக் களத் திருக்கோயிலில் உள்ள பெருமாக்கோதையாரைப் பணிந்து சேர நாட்டு ஆட்சியுரிமையினை ஏற்றருளும்படி வேண்டினர். 'இன்பம் பெருகும் திருத்தொண்டுக்கு இடையூறாக இவர் மொழிந்தார்' என எண்ணிய பெருமாக் கோதையார் அஞ்சைக்களத்து இறைவனைப் பணிந்து உலகில் யாரும் யாவும் கூறியன எல்லாவற்றையும் கூறுவனவற்றை உய்த்துணரும் நுண்ணுணர்வும் கெடாத தறு கண்மையும் தளராத கொடை வண்மையும் வேண்டிப் பெற்றார். கழறிற்றறிவாராகிய இவர் சேரநாட்டின் அரசராக முடிசூடிப் பட்டத்து யானைமீதமர்ந்து திருவுலாப் போந்தார். அப்போது உவர்மண் பொதியைத் தோளில் சுமந்து வரும் வண்ணானைக் கண்டு திருநீறு பூசிய அடியார் எனக் கருதி யானை மீதிருந்தும் வணங்கினார்.

அரசர் தன்னை வணங்கக் கண்டு அஞ்சிய வண்ணான் 'யாரென்று அடியேனைக் கருதியது? அடியேன் அடித் தொழில் புரியும் வண்ணான்' என்றான். அதுகேட்ட சேரமான் 'அடியேன் அடிச்சேரன். திருநீற்றின் அன்பர் திரு வேடத்தை நினைப்பித்தீர். வருந்தாது செல்வீராக என அவ்வண்ணானுக்குத் தேறுதலுரை பகர்ந்து அனுப்பினார்.

கூத்தப்பெருமானது எடுத்த திருப்பாதத்தினை நாள்தோறும் வழிபடுதலைத் தமக்குரிய கடமையாகக் கொண்டிருந்த சேரமான் பெருமாள் பூசை முடிவில் இறைவனது திருவடிச் சிலம்பொலியினைச் செவி குளிரக் கேட்டு மகிழ்ந்தார். சிவனடியார்களுக்கு வரையாது வழங்கியும் சிவவேள்விகள் செய்தும் எவ்வுயிர்க்கும் நலஞ்செய்து வந்தார். தன்னை யாழிசையாற் பரவும் பாணபத்திரரது வறுமையைப் போக்கத் திருவுளங் கொண்ட மதுரைத் திருவாலவாய் இறைவர் மதிமலி புரிசை எனத் தொடங்கும் திருமுகப்பாசுரம் எழுதிய ஓலைப் பாயிரத்தைப் பாணர் கையிற் கொடுத்தனுப்பினார். பாணர் தந்த திருமுகத்தைப் பெற்ற சேரமான் அவர் வேண்டும் பொருள்களை எடுத்துக்கொள்ளும்படி வேண்டி வேண்டும் பொருளைக் கொடுத்தனுப்பினார்.

கழறிற்றறிவாராகிய சேரமான் பெருமாள் என்றும் போல் ஒருநாள் சிவபூசை செய்துகொண்டிருந்த போது பூசை முடிவில் கேட்டு இன்புறுவதாகிய சிலம்பொலியைக் கேட்கப்பெறாது தம் உயிரைப் போக்கிக் கொள்ளத் தம் உடை வாளையுருவினர். கூத்தப்பெருமான் விரைந்து பொலியை ஒலிப்பித்தருளினார். 'சேரனே, தில்லையிலே நாம் புரியும் திருக்கூத்தினைக் கண்டு ஐம்புலன்களும் ஒன்றியவுணர்வுடன் திருப்பதிகம் பாடி நம்மைப் பரவினான். அவன் பாடிய தீஞ்சுவைப்பாடலில் நாம் திளைத்திருந் தமையால் இங்கு நீ புரியும் வழிபாட்டிற்கு உரிய நேரத்தில் வரத்தாழ்த்தோம்' எனத்தோன்றிய இறைவனது அருள்வாக்கினைச் செவிமடுத்த சேரமான் பெருமாள் நாயனார் தில்லையம்பலத்தில் அருட்கூத்தினை வணங்கி வன்றொண்டரையும் கண்டு வழிபட விரும்பினார். சேர நாட்டிலிருந்து புறப்பட்டுக் கொங்குநாடு கடந்து சோழ நாட்டை யடைந்தார்.

காவிரியில் நீராடினார். தில்லை மூதூரில் அடைந்து திருக்கூத்துத் தரிசனங்கண்டு பொன்வண்ணத்தந்தாதி பாடிப் போற்றினார். திருவாரூரையடைந்து வன்றொண்டரைக் கண்டு புற்றிடங் கொண்ட பெருமானைப் பணிந்து திருமும்மணிக்கோவை பாடினார். நம்பியா ரூராருடன்

திருமறைக்காடு முதலிய தலங்களை வழிபட்டுப் பாண்டி நாடடைந்து மதுரைத் திருவாலவாய்ப் பெருமானைப் போற்றினார். பாண்டிவேந்தனும் பாண்டிய மன்னன் மகளை மணந்து மதுரைக்கு வந்திருந்த சோழமன்னனும் தாமுமாக முடிவேந்தர் மூவருடன் சுந்தரர் திருப்பரங்குன்றப் பெருமானைப் பாடிப் போற்றி மகிழும் நிலையில் அன்பினால் அளவளாவி மகிழ்ந்தார். வன்றொண்டருடன் சோழ நாடடைந்தார். பரவையார் இசைவு பெற்று வன்றொண்டரை மலை நாட்டுக்கு அழைத்துச் சென்று உபசரித்துப் போற்றினார். திருவஞ்சைக்களத்தில் இறைவரை வழிபட்ட சுந்தரர் இறைவன் அனுப்பிய வெள்ளையானை மீதமர்ந்து செல்லும் போது தம் அன்புடைத் தோழராகிய சேரமானைத் தம் நெஞ்சத்தில் நினைத்துச் சென்றார். திருமஞ்சன சாலையில் இருந்த சேரமான் அதனையுணர்ந்து தமது குதிரையின் செவியிலே திருவைந்தெழுத்தினை உபதேசித்தார். சேரமான் ஊர்ந்த குதிரை விசும்பிற் சென்று வன்றொண்டர் ஏறிச் செல்லும் வெள்ளையானையை வலம் வந்து அதற்கு முன்னே சென்றது. சேர வேந்தரைத் தொடர்ந்த வீரர்கள் தம் உடைவாளினால் தம் உடம்பை வெட்டி வீழ்த்தி வீரயாக்கை பெற்று முன் சென்றனர். திருக்கயிலை வாயிலில் சேரமான் பெருமாள் தடைப்பட்டு நின்ற நிலையில் அவர்தம் உயிர்த்தோழர் நம்பியாரூரர் இறைவனை இறைஞ்சிச் சேரர் பெருமானை உள்ளேயழைத்து வரும்படி இசைவு பெற்றனர். சேரமான் பெருமாள் நாயனார் தாம் பாடிய திருக்கயிலாய ஞானவுலாவைக் கயிலைப்பெருமான் திருமுன்னர் அரங்கேற்றினார். பின்பு சேரமான் பெருமாள் சிவகணத்தலைவராகத் திருக்கயிலாயத்தில் திருத்தொண்டு புரிந்திருந்தார்.

39. கணநாத நாயனார்

இவர் ஆளுடைய பிள்ளையார் அவதரித்தருளிய சீகாழிப்பதியில் தோன்றியவர். மனையற வாழ்க்கையினை மேற்கொண்டு திருநந்தவனம் அமைத்தல், மலர் கொய்து மாலை தொடுத்தல் முதலிய திருப்பணிகளைத் திருத் தோணியப்பருக்குத் தாமே செய்தும் அத்தொண்டுகளில் அடியார்களைப் பழக்கியும் அடியார்களுக்கு வேண்டிய வசதிகளை அன்புடன் செய்தும் வந்தார். மதுரையில் சமணர்களை வாதில் வென்று சைவம் வளர்த்த திருஞானசம்பந்தப்பிள்ளையார் திருவடிகளை முப்பொழுதும் வழிபடும் நியமமுடையராய் வாழ்ந்தார். பிள்ளையார் அருளிய திருமுறைகளை எழுதுதலும் வாசித்தலும் ஆகிய செந்தமிழ்ப்பணியைத் திருத்தமுறச் செய்து வந்தார். திருக்கயிலாயத்தை யடைந்து சிவ கணங்களுக்கு நாதரானார்.

40. கூற்றுவ நாயனார்

களந்தை என்னும் ஊரிலே குறுநில மன்னர் குடியிலே தோன்றியவர் கூற்றுவ நாயனார்; திருவைந்தெழுத்தை நாளும் ஓதிச் சிவனடியார்களை வழிபடும் இயல்புடைய இவர் வேந்தர் பலரோடும் போர் புரிந்து வாகை மாலை புனைந்தவர் அரசர்க்குரிய முடி புனைதல் ஒன்றும் நீங்கலாக அரசியல் அங்கங்கள் அனைத்தும் பெற்ற கூற்றுவ நாயனார் தில்லைவாழந்தணரை யடைந்து தமக்கு முடிசூட்டும்படி வேண்டினார். தில்லைவாழந்தணர்கள் சோழ மன்னர்க்கு அன்றி வேறு எவர்க்கும் முடி சூட்ட மாட்டோம் என்று கூறி முடியைக் காத்துக்கொள்ளும்படி ஒரு குடும்பத்தாரிடம் ஒப்படைத்துவிட்டுச் சேரநாட்டை அடைந்தார்கள். கூற்றுவனார் தில்லையம்பலவரை மனங் கொண்டு 'அடியேன் நின் திருவடிப் போதினை முடியாகப் பெறுதல்வேண்டும்' எனக் கூத்தப்பெருமானை வேண்டித் துயில் கொண்டார். அந்நிலையில் கூத்தப்பெருமான் கூற்றுவ நாயனார் கனவில் தோன்றித் தம்முடைய திருவடியை முடியாகச் சூட்டியருளினார், அம்பலதிருவடியை முடியாகத் தாங்கிய கூற்றுவ நாயனார் திருத்தலங்கள் தோறும் சிவபெருமானை வழிபட்டு நாட்டினை நீதிமுறையில் ஆட்சி புரிந்து உமையொருபாகர் திருவடியை அடைந்தார்.

41. பொய்யடிமையில்லாத புலவர்

மதுரைத் திருவாலவாயில் நிலைபெற்ற தமிழ்ச் சங்கத்தில் அமர்ந்து பொய்ப்பொருட்டு அடிமைப் படாது மெய்ப்பொருளாகிய சிவபெருமான் திருவடிக்கே உள்ளத்தைச் செலுத்தி அகப்பொருட்செய்யுள்களைப் பாடிய கபிலர் பரணர் நக்கீரர் முதலிய நாற்பத் தொன்பதின்மராகிய புலவர்களும் அவர்களைப் போன்று மெய்ப்பொருளாகிய இறைவனுக்கே புலமைப்பணி புரியும் தமிழ்ப்புலவர்கள் அனைவரும் ஆகிய திருக் கூட்டத்தினர் திருத்தொண்டத் தொகையில் நம்பியாரூர ராற் போறறப்பெற்ற பொய்யடிமையில்லாத புலவர்கள் ஆவர்.

42. புகழ்ச்சோழ நாயனார்

சோழநாட்டின் தலைநகரமாகிய உறையூரில் சோழர் குடியிலே தோன்றியவர் புகழ்ச்சோழர். இவர் உலக மெலாம் செங்கோலின் வழி நிற்பச் சிவநெறி தழைப்ப அரசு புரிந்தார். கொங்கு நாட்டரசர்களும் குடநாட்டு வேந்தர்களும் தரும் திறைப்பொருளை வாங்குதற் பொருட்டுச் சேனையுடன் கருவூரில் தங்கி ஆனிலை யண்ணலாரை இறைஞ்சி அரியாசனத்தில் வீற்றிருந்தார். ஒருநாள் சிவகாமியாண்டார் கையிலுள்ள பூக்குடலையைப் பட்டத்து யானை சிதறிய குற்றத்திற்காக அந்த யானையையும் பாகரையும் கொன்று நின்ற எறிபத்த நாயனாரை யடைந்து தம்முடைய உடைவாளைத் தந்து 'இக்குற்றத்திற்காக என்னையும் கொல்லுதல் வேண்டும்' என்றாராக எறிபத்தர் அவ்வாளினால் தன்னைக் குத்திக்கொள்ளும் நிலையில் அவர் கையைப் பற்றிக்கொள்ள இறைவனருளால் யானையும் பாகரும் உயிர் பெற்றெழும்படி அடியார் பத்தியிற் சிறந்து விளங்கினார். புகழ்ச்சோழர் அனுப்பிய சேனைத் தலைவர்கள், திறை கொடாத அதிகனது மலையரணைப் பொடியாக்கி அவன் ஓடி ஒளியும்படி அவனுடைய படைவீரர்களைக் கொன்று அவர்கள் தலைகளையும் நிதிக்குவியல்களையும் சேனைகளையும் கருவூர்க்குக் கொண்டுவந்தனர். அவர்கள் வெட்டிக் கொணர்ந்த படை வீரர்களிலே சிவனடியார்க்குரிய சடைத்தலை ஒன்றனைக் கண்ட புகழ்ச்சோழர் 'சீர்தாங்கும் இவர்வேணிச் சிரந்தாங்கி வரக்கண்டும் பார்தாங்க இருந்தேனோ பழிதாங்குவேன்' என்று நெஞ்சம் நெகிழ்ந்து இரங்கினார். செந்தீ வளர்க்கும்படி செய்து திருநீற்றினை அணிந்து சடைத்தலையினைப் பொற்கலத்தில் ஏந்தித் தமது முடிமேல் தாங்கிக்கொண்டு தீயினை வலம் வந்து

திருவைந்தெழுத்தோதி அத்தீயினுள்ளே புகுந்து சிவபெருமான் திருவடி நீழற்கீழ் அமர்ந்து இன்புறும் பெருவாழ்வு பெற்றார்.

43. நரசிங்கமுனையரை நாயனார்

திருமுனைப்பாடி நாட்டினைத் திருநாவலூரைத் தலைநகராகக் கொண்டு ஆட்சி புரிந்தவர் நரசிங்கமுனை யரையர், முனையரையர் குடியிற்பிறந்த இவர் பகைவரைப் புறங்கண்ட பெருவீரர்; சிவபெருமான் திருக்கோயில்தோறும் செல்வம் பெருகத் திருத்தொண்டுகள் பல புரிந்தவர். திருவாதிரை நாள்தோறும் சிவனடியார்களைத் திருவமுது செய்வித்து ஒவ்வொருவர்க்கும் நூறு பொன் வழங்கி வந்தார். ஒரு நாள் தூர்த்த வேடமுடைய ஒருவர் திருநீறு அணிந்து அடியார் கூட்டத்திற் சேர்ந்து வந்தார். அவருடைய தூர்த்த வேடத்தைக் கண்டு அருகே நின்றவர்கள் இகழ்ந்து ஒதுங்கினர். அது நரசிங்கமுனையரையர் அவ்வடியவரை எதிர் சென்று வணங்கி உபசரித்தார். சீலமில்லாதவர்களே யானாலும் திருநீறணிந்தாரை உலகத்தார் இகழ்ந்து நரகத்தில் விழாதபடி அவ்வடியார்க்கு இருநூறு பொன் கொடுத்து இன்மொழி பகர்ந்து அனுப்பினார். இவ்வாறு திருந்திய சிந்தையராய்த் திருத்தொண்டு பல புரிந்த நரசிங்க முனையரையர் சிவபெருமான் திருவடி நீழலை யடைந்து இன்புற்றார்.

44. அதிபத்த நாயனார்

சோழநாட்டில் நாகப்பட்டினத்தில் பரதவர் குலத்தில் தோன்றியவர் அதிபத்தர். பரவகுலத் தலைவராகிய இவர் கடலில் வலை வீசி மீன் பிடிக்கும்போது முதலில் கிடைக்கும் மீனை அன்பினாற் சிவபெருமானுக்கு என விட்டுவிடுவதனை வழக்கமாகக் கொண்டிருந்தார். இறைவன் ஆணையால் வலைவளந்தப்பி வறுமை எய்தித் தம் சுற்றத்தார் உணவின்றி வருந்தவும் பலநாள்களிலும் ஒவ்வொரு மீனே இவருக்குக் கிடைத்தது. கிடைத்த அவ்வொரு மீனையும் சிவபெருமானுக்கென்றே கடலின்கண் விட்டுவந்தார். ஒருநாள் இவருடைய ஏவலர்கள் கடலில் வலை வீசியபோது விலைமதிக்கவொண்ணாத நவமணிகளின் ஒளி வாய்ந்த பொன்மீன் ஒன்று வலையிற் சிக்கியது. அது கண்ட அதிபத்த நாயனார் "இது என்னை ஆட்கொண்டருளிய சிவனுக்கேயுரியது" என்று சொல்லிக் கடலிலே விட்டுவிட்டார். அப்பொழுது சிவபெருமான் விடைமீது அதிபத்தர்க்குமுன் விசும்பில் தோன்றி அடியார்களுடன் சிவலோகத்தே அமர்ந்திருக்க அருள்புரிந்து மறைந்தருளினார்.

45. கலிக்கம்ப நாயினார்

தில்லைப்பதியின் மேல்பாலுள்ள திருப்பெண்ணாகடம் என்ற ஊரிலே வணிகர் குலத்தில் தோன்றியவர் கலிக்கம்பர். இவர் தூங்கானை மாடத் திருக்கோயிலில் எழுந்தருளிய இறைவனைப் பணிந்து சிவனடியார்களுக்குத் திருவமுதளிக்கும் தொண்டினை ஆர்வமுடன் செய்து வந்தார். ஒருநாள் தம் மனைவியார் நீர் வார்க்க அடியார் திருவடிகளை விளக்கி வரும்போது முன் தம் வீட்டில் பணிசெய்தவர் பணியினை வெறுத்துச் சிவனடியாரான அவருடைய திருவடிகளையும் விளக்கப் புகுந்தார். அந்நிலையில் தண்ணீர் வார்த்துவரும் இவருடைய மனைவியார் 'இவர் நம் வீட்டிற் பணி செய்த வேலையாள் போலும்' என எண்ணி நீர்வார்க்கத் தாமதித்து நின்றார். அதனையுணர்ந்த கலிக்கம்பர் மனைவியார் கையிலுள்ள தண்ணீர்க் கரகத்தை தாம் கைக்கொண்டு அவர் கையினை வாளால் தடிந்து தரமே அடியார் திருவடிகளை நீர்வார்த்து விளக்கி அடியார் அமுதுசெய்தற்கு வேண்டுவன எல்லாம் ஆர்வமுடன் செய்து அடியார்களைத் திருவமுது செய்வித்தார். அடியார் பத்தியின் மேலீட்டால் இத்தகைய சிவனடித் தொண்டுகள் பல புரிந்து கலிக்கம்ப நாயனார் சிவபதம் அடைந்தார்.

46. கலிய நாயனார்

தொண்டை நாட்டில் திருவொற்றியூரிலே எண்ணெய் வணிகர் மரபில் தோன்றியவர் கலிய நாயனார். பெருஞ் செல்வராகிய இவர் ஒற்றியூர்த் திருக்கோயிலில் இரவும் பகலும் திருவிளக்கிடும் திருத்தொண்டினை ஆர்வமுடன் செய்துவந்தார். இவரது அன்பின் திறத்தை உலகத்தார் அறியச் செய்தல் வேண்டும் என்னும் இறைவனது அருட் குறிப்பினால் இவரது செல்வம் குறைய வறுமை நிலை யுண்டாயிற்று. வறுமையிலும் கூலிக்குச் செக்காடி அக்கூலி கொண்டும் தம்முடைமைப் பொருள்களை விற்றும் திரு விளக்கெரிக்கும் பணியினைத் தடையின்றிச் செய்து வந்தார். முடிவில் தம் மனைவியாரை விற்றேனும் இத் தொண்டினைச் செய்தல் வேண்டும் என எண்ணி அவரை விற்க முற்பட்ட நிலையில் வாங்குவார் இல்லாமையால் மனந்தளர்ந்த கலியனார் ஒற்றியூர்க் கோயிலுள் திரியிட்ட அகல்களைப் பரப்பி எண்ணெய்க்கு ஈடாக உதிரத்தையே நிறைக்க எண்ணித் தமது கழுத்தை அறிந்தார். அந்நிலையில் அருட்கடலாகிய சிவபெருமான் விடைமீது தோன்றி அருட் காட்சி வழங்க உடம்பின் ஊறு நீங்கித் தலைமேற் கைகுவித்து வணங்கி நின்றார். சிவபெருமான் கலிய நாயனாரைப் பொற்புடைய சிவபுரியிற் பொலிந்திருக்க அருள் புரிந்தார்.

47. சத்தி நாயனார்

சோழநாட்டில் வரிஞ்சையூரில் வேளாண்மரபில் தோன்றியவர் இவர். சிவனடியார்களை யாரேனும் இகழ்ந்துரைப் பாராயின் அக்கொடியோரது நாக்கினை அறுத்தற்கென எப்பொழுது கையிற் சத்தி(கத்தி) யுடன் இருப்பவர் ஆதலால் சத்தியார் என அழைக்கப்பெற்றார். அடியார்களை அவமதித்துத் தீமொழி கூறுபவர் நாக்கினைக் குறட்டாற் பற்றியிழுத்துக் கையிலுள்ள கத்தியினால் அரிதலாகிய ஆண்மைத் திருப்பணியினை இவர் அன்பினோடு நெடுங்காலம் செய்திருந்து சிவபெருமான் திருவடியை அடைந்தார்.

48. ஐயடிகள் காடவர்கோன் நாயனார்

காஞ்சி நகரத்திற் பல்லவர் குலத்தில் தோன்றித் தொண்டை நாட்டினை ஆண்ட இவ்வரசர் பெருமான் வடமொழி தென்மொழிகளில் வல்லவர். இவ்வுலகியல் வாழ்வு நிலையற்றதெனத் தெளித்து தமது அரச பதவியைத் துறந்து தில்லைச்சிற்றம்பலம் முதலிய திருத்தலங்களைப் பணிந்து ஒவ்வொரு வெண்பாவினாற் பாடிப் போற்றிச் சிவ பெருமான் திருவடியை அடைந்தார். இவர் பாடிய வெண்பாப்பனுவல் க்ஷேத்திரத் திருவெண்பா எனப் பதினோராந்திருமுறையிற் சேர்க்கப்பெற்றுள்ளது.

49. கணம்புல்ல நாயனார்

வடவெள்ளாற்றுத் தென்கரையிலுள்ள இருக்கு வேளூர் என்னும் ஊரிலே தோன்றியவர். 'எப்பொருளும் ஆவன ஈசர்கழல்' எனக்கொண்ட பெருஞ்செல்வராகிய இவர், சிவபெருமான் திருக்கோயிலில் திருவிளக்கு எரிக்கும் பணியினை ஆர்வமுடன் செய்துவந்தார். வறுமையுற்ற இவர் தில்லைப்பதியை அடைந்து கணம்புல் என்ற புல்லை அறிந்து விற்று அப்பொருளைக் கொண்டு நெய் வாங்கித் திருப்புலீச்சரத் திருக்கோயிலில் திருவிளக்கு எரித்து வந்தார். கணம்புல்லை விற்று வந்மையால் கணம்புல்லர் என அழைக்கப் பெற்றார். ஒருநாள் கணம்புல் விற்கா தொழியத் திருக்கோயிலில் அந்தப் புல்லையே கொண்டு விளக்காக எரித்தார் அப்புல் விளக்கெரிக்கப் போதாமையால் அதனுடன் தமது முடியையும் சேர்த்து எரித்தார். அப்பொழுது சிவபெருமான் காட்சி கொடுத்தருள அம்முதல் வரை வணங்கிச் சிவலோகத்தை அடைந்தார்.

50. காரிநாயனார்

திருக்கடவூரில் தோன்றிய காரியார். வண்தமிழின் துறையான பயன் தெரிந்து சொல் விளங்கிப் பொருள் உள்ளுறையாக மறையத் தம்பெயராற் காரிக்கோவை எனத் தமிழ்க்கோவை பாடித் தமிழ் மூவேந்தர்களிடமும் சென்று அவர்கள் மகிழும்படி அதற்குப் பொருள் விரித்துரைத்தார். வேந்தர்களிடம் பெற்றபொருளைக் கொண்டு சிவ பெருமானுக்குத் திருக்கோயில்கள் பல கட்டுவித்தார். மக்கள் மகிழச் செய்யுட்களின் சொற்பொருள் நயங்களை விளக்கி அவர்கள் தந்த பொருள்களைச் சிந்தையராய காரி நாயனார் சிவனருளால் வாய்ந்த மனம்போல் உடம்பும் வடகயிலைமலை சேர்ந்தார்.

51. நின்றசீர் நெடுமாற நாயனார்

பாண்டி நாட்டிலே மதுரை மாநகரிலிருந்து ஆட்சிபுரிந்த கூன்பாண்டியன் சமண சமயத்தை மேற்கொண்டு, பின்னர்த் திருஞானசம்பந்தர் பாடியருளிய திருநீற்றுப்பதிகத்தால் வெப்புநோய் நீங்கிச் சைவ சமயத்தை மேற்கொண்டு கூன் நிமிர்ந்து நின்ற சீர் நெடுமாறன் ஆயினான் மங்கையர்க்கரசியார் கணவராகிய நின்றசீர் நெடுமாறர் வடபுலவேந்தரை நெல்வேலிப் போரில் வென்று வாகைமாலை புனைந்தார்: சிவபெருமானுக்குரிய திருத்தொண்டுகள் புரிந்து அருள்நெறி வளம் பெற நெடுங்காலம் அரசளித்த நின்றசீர் நெடுமாற நாயனார் இறைவர் அருளால் சிவலோகத்தினை எய்தி இன்புற்றார்.

52. வாயிலார் நாயனார்

தொ ண்டை நாட்டில் மயிலாப்பூரில் வேளாண் மரபில் வாயிலார் குடியில் தோன்றியவர் வாயிலார் நாயனார். சிவனடித்தொண்டில் ஆர்வமுடைய இப்பெருந் தகையார், மறவாமையால் அமைத்த மனக்கோயிலினுள்ளே இறைவனை எழுந்தருளச்செய்து ஆண்டான் அடிமை உறவினை யுணரவல்ல ஞானமாகிய திருவிளக்கினை ஏற்றி. அழியாத ஆனந்தமாகிய திருமஞ்சனம் ஆட்டி அன்பாகிய திருவமுதினைப் படைத்து வழி படுதலாகிய அகப்பூசையினை நெடுநாள்கள் வழுவாது செய்திருந்தார். பின்னர்ச் சிவபெருமான் திருவடி நீழற் கீழ்ச் சென்றடைந்தார்.

53. முனையடுவார் நாயனார்

இவர் சோழநாட்டில் திருநீடூரில் வேளாண் குலத்தில் தோன்றியவர். சிவபெருமானிடத்தும் சிவனடியார் திறத்தும் நிறைந்த பேரன்புடையவர். பகைவர்களைப் போர்முனையில் வென்று பெற்ற செல்வங்களைச் சிவனடியார்க்கு வரையாது அளிக்கும் வண்மையுடையவர். போரிற் பகைவர்க்குத் தோற்றவர்கள் தம்மிடம் வந்து துணைவேண்டினால் நடுவு நிலையில் நின்று அவர்களோடு ஆள்வினையிற் கூலி பேசிக்கொண்டு அவர்கட்காகப் போர் முனையிற் சென்று போர் செய்து பொருள் சேர்த்துச் சிவனடியார்களுக்கு நிறையக் கொடுத்து அறுசுவைக் கறிகளுடன் திருவமுது செய்வித்தலைத் தமது பணியாகக் கொண்டிருந்தார். அதனால் இவருக்கு முனையடுவார் என்னுந் திருப்பெயர் வழங்குவதாயிற்று. முனையடுவார் நாயனார் ஈசனடியார்க்கான திருப்பணிகள் புரிந்திருந்து உமையொருபாகர் திருவருளாற் சிவலோகத்துப் பிரியா துறையும் பெருவாழ்வு பெற்றார்.

54. கழற்சிங்க நாயனார்

இவர் பல்லவர் குலத்தே தோன்றித் தொண்டை நாட்டினை ஆட்சி புரிந்த பேரரசர். வடபுலவேந்தரை வென்று அறநெறியில் நின்று நாடாளும் வேந்தராகிய இவர், தம் தேவியுடன் திருவாரூர்ப் பெருமானை வழிபடச் சென்றார். கோயிலை வலம் வந்து திருப்பூமண்டபத்தையடைந்த பட்டத்தரசி கீழே கிடந்த நறுமலரொன்றை எடுத்து முகர்ந்தாள், அந்நிலையில் அங்கு வந்த செருத் துணையார் என்னும் சிவனடியார் 'இவள் இறைவனுக்குச் சாத்தும் மலரை மோந்தாள்' என்று வெகுண்டு அரசியின் மூக்கினைக் கத்தியால் அரிந்தார். அரசியின் அரற்றுதலைக் கேட்டு அங்கு வந்த கழற்சிங்கர் நடந்த நிகழ்ச்சியினை யறிந்து 'பூவை எடுத்த கையை யன்றோ முதலில் தடிதல் வேண்டும்' என்று கூறித் தம் உடைவாளை உருவி அரசியின் கையைத் தடிந்தார். சிவபெருமான் பால் வைத்த பேரன்பின் திறத்தால் இத்தகைய அரிய திருத்தொண்டினைச் செய்த கழற்சிங்க நாயனார் சைவ நெறி தழைத்தோங்க அரசாண்டு சிவபெருமான் திருவடி நீழலில் அமர்ந்திருக்கும் பேரின்ப வாழ்வு பெற்றார்.

55. இடங்கழி நாயனார்

சோழர் குடியில் தோன்றிய இவர், கோனாட்டின் தலைநகராகிய கொடும்பாளூரில் தங்கியிருந்து இருக்கு வேளிர்குலத்து அரசினை ஏற்று அந்நாட்டின் தலைவராய் ஆட்சி புரிந்தார். சைவ நெறி வைதிகத்தின் தரும நெறியோடு தழைப்பத் திருக்கோயில்கள் எங்கும் வழிபாட்டு அர்ச்சனை நிகழச் செய்துவந்தார்; சிவனடியார்கள் வேண்டுவனவற்றை விரும்பிக் கொடுப்பதனை இயல்பாகக் கொண்டிருந்தார். அந்நாளில் சிவனடியார்க்குத் திருவமுதளிக்கும் தவமுடைய அடியார் ஒருவர் உணவுக்குரிய நெல் எங்கும் கிடைக்காமையால் அரசர்க்குரிய நெற்பண்டாரத்திலே நள்ளிரவிற் புகுந்து நெல்லைக் களவு செய்தார். அந்நிலையிற் காவலர்கள் அவ்வடியவரைப் பிடித்து இடங்கழியார் முன்னர்க் கொண்டு வந்து நிறுத்தினர். அரசர் அவரைப் பார்த்து ஏன் நெல்லைக்களவு செய்தீர் என வினவினார். 'சிவனடியார் களைத் திருவமுது செய்வித்தற்குப் பொருள் இல்லாமையால் இவ்வாறு செய்தேன்' என அவ்வடியவர். கூறினார். அம்மொழி கேட்டு இரங்கிய இடங்கழியார் "எனக்கு இவரன்றோ பண்டாரம்" என்று சொல்லிப் பாராட்டினார்.

'சிவனடியார்கள் எல்லோரும் எனது நெற்பண்டார மாத்திரமன்றி நிதிப்பண்டாரங்களையும் கவர்ந்து கொள்க' என எங்கும் பறையறையச் செய்தார். அருள் வேந்தராகிய இவர் தண்ணளியுடையராய் நெடுங்காலம் அரசு புரிந்து சிவபதம் பெற்றார்.

56. செருத்துணை நாயனார்

சோழநாட்டின் அகநாடுகளில் ஒன்றாகிய மருகல் நாட்டிலேயுள்ள தஞ்சாவூரிலே வேளாளர் குலத்தே தோன்றியவர் செருத்துணை நாயனார். சிவபெருமான் திருவடிக்கே பதித்த நெஞ்சுடைய இவர் திருவாரூரை அடைந்து புற்றிடங்கொண்ட பெருமானைக் காலந்தோறும் போற்றித் திருத்தொண்டு புரிந்தார். ஒருநாள் பல்லவர் வேந்தர் கழற்சிங்கனாருடைய உரிமைப்பெருந் தேவி திருக்கோயிற் பூமண்டபத்தின் கீழ் வீழ்ந்து கிடந்த நறுமலரை எடுத்து முகர்ந்ததைக் கண்டு வெகுண்டு அவளது மூக்கினை அரிந்தார். இவ்வாறு சிவபெருமான் திறத்தில் குற்றஞ்செய்தோர் யாவராயினும் அச்சமின்றித் தண்டித்துத் திருத்திய இவர் இறைவர் திருவடி நீழல் அடைந்து இறவா இன்பம் எய்தினார்.

57. புகழ்த்துணை நாயனார்

சோழநாட்டில் அழகார்புத்தூர் என வழங்கும் அரிசிற்கரைப் புத்தூரில் ஆதிசைவர் மரபில் தோன்றியவர் புகழ்த்துணையார். இவர் சிவாகம விதிப்படி அரிசிற்கரைப் புத்தூர்த் திருக்கோயிலில் இறைவனைப் பூசனை செய்திருந்தார். அக்காலத்திற் பஞ்சம் உண்டாயிற்று. தமக்கு உணவின்றி வாட்டமுற்ற நிலையிலும் 'எம் இறைவனை வழிபடாது விடுவேனல்லேன்' என்னுந்துணிவுடையராய் அல்லும்பகலும் வழிபாடு செய்தார். ஒருநாள் சிவலிங்கப் பெருமானுக்குத் திருமஞ்சனம் ஆட்டும்போது பசிநோயினாற் கைசோர்ந்து திருமஞ்சனக்குடம் இறைவன் திருமுடிமேல் விழத் திருவடியில் உயிர்ப்பற்று வீழ்ந்தார். அப்பொழுது இறையருளால் உறக்கம் வர, இறைவன் கனவிலே தோன்றிப் பஞ்சம் நீங்கும் வரையிலும் நாம் நாள்தோறும் இங்கு ஒருகாசு வைப்போம் என்று அருள்செய்தார். துயிலுணர்ந்தெழுந்த புகழ்த்துணையார் இறைவர் திருப்பீடத்தின் கீழ் ஒரு காசு இருக்கக் கண்டு அதனைக் கைக்கொண்டு உணவு பெற்று அமுது செய்து தமது வழிபாட்டினைக் குறைவறச் செய்து வந்தார். அந்நாள் முதல் பஞ்சம் நீங்கும் வரையிலும் காசு பெற்று இறைவனைப் பூசித்துப் பஞ்சம் நீங்கிய பின்னரும் நெடுநாள் சிவபூசனை புரிந்து புனிதர் அடி நீழல் சேர்ந்தார்.

58. கோட்புலி நாயனார்

சோழநாட்டில் நாட்டியத்தான் குடியில் வேளாண் மரபில் தோன்றியவர் கோட்புலி நாயனார். சோழ மன்னர்க்குச் சேனாபதியாக விளங்கிய இவர், மன்னன் பால் ஊதியமாகத் தாம் பெற்ற பொருளைக் கொண்டு சிவாலயங்களுக்குத் திருவமுதுக்கென நெல்லை வாங்கி நெற்கூடுகளிற் சேமித்து வைக்குந் திருப்பணியைப் பல்லாண்டுகளாகச் செய்துவந்தார். அரசனது ஏவலால் கோட்புலியார் போர்முனைக்குச் செல்ல நேர்ந்தது. அப்பொழுது கோட்புலியார் தம் சுற்றத்தாரை நோக்கி 'இறைவனுக்கு அமுது படிக்காக வைத்துள்ள இந்நெல்லினை நீங்கள் எடுத்தல் கூடாது, திருவிரையாக்கலி ஆணை' எனத் தனித்தனியே சொல்லிவிட்டுப் போர்முனைக்குச் சென்றார்

சில நாளிலே கடும்பஞ்சம் வந்தது. அந்நிலையில் பசியால் வருந்திய சுற்றத்தார் "நாம் உணவின்றி இறப்பதைவிட இறைவர்க்கு வைத்த நெல்லைக் கொண்டாகிலும் பிழைத்து உயிர் தாங்கியிருந்து பின்னர் எடுத்த குற்றந் தீரக் கொடுத்துவிடுவோம்" என்று எண்ணி நெற் கூட்டைத் திறந்து செலவழித்து விட்டார்கள். போர் முனையிற் சென்று பகைவரை வென்று வந்த கோட்புலியார் இறைவன் திறத்துச் சுற்றத்தார் செய்த குற்றத்தை யுணர்ந்து சுற்றத்தாரை வீட்டினுள்ளே அழைத்து எல்லோரையும் வாளாற்கொன்று வீழ்த்தினார். அங்குள்ள இளங்குழந்தையைக் கொல்லப் புகுந்த போது வாயில் காவலன் தடுத்தான். 'இக்குழந்தை நெல்லுண்டவளது பாலையுண்டது' என்று அதனை மேலே எடுத்தெறிந்து வாளால் இருதுணிபட வீழ்த்தினார். அந்நிலையிற் சிவ பெருமான் கோட்புலியார்க்கு வெளிப்பட்டுத் தோன்றி அன்பனே, உன்னுடைய கைவாளால்

பிறவிப்பாசம் அறுத்த நின் சுற்றத்தார் பொன்னுலகின் மேலுலகம் புக்கணைந்தனர். புகழுடைய நீ இந்நிலையே நம்முடன் அணைவாயாக' என அருள் புரிந்து மறைந்தருளினார்.

கோட்புலி நாயனார் சுந்தரமூர்த்தி நாயனாரைத் தம் இல்லத்தில் வரவேற்று உபசரித்துத் தாம் பெற்ற வனப் பகை, சிங்கடி என்னும் பெண்கள் இருவரையும் பணிப் பெண்களாக ஏற்றருளும்படி வேண்டினார். சுந்தரர் அவ்விரு பெண்களையும் தம்முடைய அன்புக்குரிய மக்களாக ஏற்று அவர்களுக்குத் தந்தை எனத் தாம் பாடிய திருப்பதிகத் திருக்கடைக் காப்புப் பாடல்களில் தம்மைக் குறிப்பிட்டு மகிழ்கின்றார்.

59. பத்தராய்ப்பணிவார்

சிவனடியாரைக் கண்டார் சாதி முதலியன விசாரியாமல் அவர்களைச் சிவனெனவே வழிபடுபவர்கள், சிவபூசைதனைக் கண்டு மகிழ்பவர்கள், சிவனை அருச்சிப்பவர்கள், சிவனுக்கே தொண்டு புரியும் நியமம் உடையவர்கள், சிவசரிதங்களை விரும்பிக் கேட்பவர்கள், சிவ பெருமானைத் தியானித்து மெய்ம்மயிர் பொடிப்பக் கண்ணீரரும்பி விதிர்விதிர்ப்பெய்துபவர்கள், நின்றாலும் இருந்தாலும் கிடந்தாலும் நடந்தாலும் மன்றாடும் மலர்ப்பாதம் மறவாத சிந்தையினையுடையவர்கள், சிவ பெருமானுக்கு ஆட்பட்ட தம் அடிமைத்திறத்தைப் பிறர்க்குப் புலப்படுத்தி அதனாற் பயன்கொள்ளாத தூய நெஞ்சத்தினர். இங்குக் குறிக்கப்பட்ட எண் பெருங்குணங்களாலும் இவ்வுலகினை விளக்கும் பெருமை வாய்ந்த அடியார்களே பத்தராய்ப் பணிவார்கள் என்னுந் திருக்கூட்டத்தினராவர்.

60. பரமனையே பாடுவார்

தென்தமிழும் வடமொழியும் ஏனைய திசை மொழியும் ஆகியவற்றில் இறைவனையே பொருளாகக் கொண்டு இயற்றப்பெற்ற இயலிசைப் பாடல்களை ஒன்றிய மெய்யுணர் வினோடும் இசை பொருந்த உள்ளம் உருகிப் பாடும் அடியார்கள் பரமனையே பாடுவார் என்னும் திருக்கூட்டத் தினராவர்.

61. சித்தத்தைச் சிவன்பாலே வைத்தார்

படைத்தல், காத்தல், அழித்தல்: மறைத்தல், அருளல் என்னும் ஐந்தொழில்களைச் செய்யும் பிரமன், திருமால், உருத்திரன், மகேசுரன், சதாசிவன் என்னும் ஐம்பெருங்கடவுளர் இருக்கும் ஐவகைத் தாமரைப் பீடங் களையுடைய பதவிகளைக் கடந்து, அட்டாங்கயோகத்துள், இயமம் நியமம் ஆசனம் பிராணாயாமம் பிரத்தி யாகாரம் என்னும் ஐந்தனையும் பயின்று சித்தத்தை ஒருவழி நிறுத்தலாகிய தாரணையால் திகழொளியாயுள்ள சிவம் ஞானஒளி வீசி விளங்கும் நாதாந்தத்தில் சித்தத்தை நிறுத்துதலினாலே சிவத்தினிடத்தே நிலை பெற்ற சித்தத்தை யுடையவர்கள் சித்தத்தைச் சிவன்பாலே வைத்தார் என்னும் திருக்கூட்டத்தினராவர்.

இவர்கள் மறைமுது முதல்வனாகிய தில்லைச்சிற்றம்பலவன் தொண்டின்வழி நின்று அம்முதல்வனை அடைந்தோராவர்.

62. திருவாரூர்ப் பிறந்தார்கள்

சிவபெருமான் மகிழ்ந்து வீற்றிருந்தருளும் திருவாரூர்த் தலத்திலே பிறக்கும் பேறு பெற்றவர்கள் எல்லாரும் திருக்கயிலையில் வீற்றிருந்தருளும் சிவபெருமானுடைய திருக்கணத்தினராவர். அவர்கள் திருவடிகளை வணங்கி ஒன்றிய மனத்தினையுடையார்க்கு உயர்ந்த வீட்டு நெறி அணிமையுடையதாகும்.

திருவாரூர்ப் பிறந்தார்கள் எல்லாரும் சிவகண நாதர்கள் என்னும் உண்மையினைச் சிவபெருமான் நமிநந்தி யடிகளுக்குப் புலப்படுத்தியருளிய செய்தி இங்கு நினைத்தற்குரியதாகும்.

63. முப்பொழுதும் திருமேனி தீண்டுவார்

சிவபெருமானது திருவருளினாலே உண்மையான சிவாகம ஞானநெறியின்படி முறை தவறாமல் காலங்கள் தோறும் வழிபாடு செய்வதிற் பேரார்வமும் அன்பும் உடையராய் நாள்தோறும் விடியற்காலையில் நீராடித் திருநீறணிந்து திருவைந்தெழுத்தோதிக் காலை, நண்பகல், இரவு என்னும் மூன்று காலங்களிலும் சிவலிங்கத் திருமேனியைத் தீண்டி அருச்சிக்கும் ஆதிசைவ அந்தணர்கள் முப்பொழுதும் திருமேனி தீண்டுவார் என்னும் திருக்கூட்டத்தினராவர்

64. முழுநீறு பூசிய முனிவர்

அறநெறியில் ஒழுகித் தத்துவங்களை நன்குணர்ந்து நீதி நெறியில் தவறாதவர்களாய்த் தொன்று தொட்டுவரும் மும்மலங்களை அறுத்த வாய்மையையுடைய அரிய தவ முனிவர்கள் நியமம் தவறாது செய்யும் நித்தியாக் கினியில் விளைத்து எடுத்த திருநீற்றினைப் புதிய பாத்திரத்தில் வைத்துக்கொண்டு சிவபெருமானை வணங்கி அவரது திருவருள் வண்ணமாகிய நீற்றினை உடல் முழுவதும் பூசிக்கொள்வார். இப் பெரியோர்களே முழுநீறு பூசிய முனிவர் எனப் போற்றப் பெறுந் திருக்கூட்டத்தினராவர்.

கன்றீன்ற பசுவின் சாணத்தைச் சத்தியோசாத மந்திரத்தினால் ஏற்றுச் சிவமந்திரங்களால் உண்டாக்கப்பட்ட சிவாக்கினியில் இட்டு எடுத்த திருநீறு கற்பம் எனப்படும். காட்டில் உலர்ந்த பசுஞ்சாணத்தைக் கொணர்ந்து கோசலத்தைவிட்டு பிசைந்து அத்திர மந்திரம் ஓதி ஓமத்தீயில் இட்டுச் சிறப்புற வெந்த நீறு அநுகற்பம் எனப்படும். காட்டில் மரங்கள் பற்றியெரிந் தமையால் வெந்த நீறும் கொட்டில் முதலிய இட வகைகள் தீப்பற்றிக் கொள்ள வெந்த நீறும், செங்கற்களைச் சுட்ட தீயினால் விளைந்த நீறும் ஆகியவற்றை உண்டையாக்கித் திருமடங்களில் விளங்கும் சிவாக்கினியினால் விதிப்படி நீறாக்கப்பட்டவை உபகற்பம் எனப்படும்.

65. அப்பாலும் அடிச்சார்ந்தார்

சேர சோழ பாண்டியர்களாகிய பாண்டியர்களாகிய மூவேந்தர்களால் ஆளப்பெறும் தமிழ் நாட்டுக்கு அப்பாலுள்ள பிற நாடுகளிற் பிறந்து சிவபெருமான் திருவடிகளை அடைந்தவர்களும், சுந்தரமூர்த்தி சுவாமிகள் அருளிய திருத்தொண்டத் தொகையிலே போற்றப்பெற்ற சிவனடியார்கள் வாழ்ந்த காலத்துக்கு முன்னும் பின்னும் தோன்றிச் சிவபெருமானுடைய திருவடிகளைச் சார்ந்தவர்களும் அப்பாலும் அடிச்சார்ந்தார் என்னும் திருக்கூட்டத்தினராவர்

66. பூசலார் நாயனார்

தொண்டை நாட்டில் திருநின்றவூர் என்னும் பதியிலே அந்தணர் குலத்திற் பிறந்தவர் பூசலார். சிவ பெருமானிடத்தும் அடியாரிடத்தும் பேரன்புடைய இவர் மனத்தினாலேயே பொருள் தேடித் தம் மனத்தின்கண்ணே நீண்ட நாளாகச் சிந்தனை செய்து சிவபெருமானுக்கு ஒரு திருக்கோயில் அமைத்தார். அக்கோயிலில் இறைவனை எழுந்தருளச் செய்ய நல்லதொரு நாளும் குறித்தார். அக்காலத்திற் காடவர் கோமானாகிய பல்லவமன்னன் காஞ்சி நகரத்திற் கற்றளி (கயிலாய் நாதர் திருக்கோயிலை) அமைத்து இறைவனை எழுந்தருளச் செய்தற்கு ஒரு நாளை நிச்சயித்தான். பூசலார் குறித்த நாளும் பல்லவன் குறித்த நாளும் ஒன்றாக அமைந்தது. பூசலாரது பேரன்பின் திறத்தை வெளிப்படுத்தத் திருவுளங் கொண்ட சிவபெருமான் பல்லவ மன்னன் கனவில் தோன்றித் தான் அந்நாளிற் பூசலார் கோயிலில் எழுந்தருளுவதாகவும், மன்னன் கட்டிய கோயிலில் மற்றொரு நாள் எழுந்தருளுவ தாகவும் அருள்செய்து மறைந்தார். மன்னவன் திருநின்றவூர்க்குச் சென்று பூசலாரை வணங்கி அவர் கட்டிய மனக் கோயிலின் மாண்பினை அறிந்துகொண்டார். பூசலாரும் தம் மனக்கோயிலுள் இறைவனை எழுந்தருளச் செய்து நாட்பூசனையும் திருவிழாவும் நடத்திச் சிவபெருமான் திருவடி சேர்ந்து இன்புற்றார்.

67. மங்கையர்க்கரசியார்

சோழ நாட்டில் வளவர் குடியில் மணிமுடிச்சோழன் மகளாராகத் தோன்றி மானியார் என்னும் இயற் பெயர் பெற்ற இவர். செந்தாமரை மலரில் வீற்றிருக்கும் திருமகள் எனத்தகும் பொலிவுடையார்; பாண்டிய மன்னனை மணந்து பாண்டியர் குலத்துக்கு நேர்ந்த பழியினைத் தீர்த்த தெய்வப்பாவை. திருஞானசம்பந்தப் பிள்ளையார் திருவருளினாலே செந்தமிழ்ப் பாண்டி நாட்டின் புறச்சமய இருள் நீக்கித் திருநீற்றினைப் பரவச் செய்தவர். ஆளுடைய பிள்ளையார் 'மங்கையர்க்கரசி வளவர்கோன் பாவை' எனத் திருப்பதிகத்திற் சிறப்பித்துப் பாராட்டப்பெற்ற பெருந்தவச் செல்வியார். பாண்டிமா தேவியாராகிய இவ்வம்மையார் தம் கணவர் புறச் சமயக்கூனும் உடற்கூனும் நீங்கி நின்றசீர் நெடு மாறனாராகத் திகழச் சைவ வழித்துணையாய் நெடுங் காலம் வாழ்ந்து சிவநெறியினை வளர்த்தும் தம் கணவனாருடன் ஆலவாயரன் சேவடிக்கீழ் அமர்ந்திருக்கும் நற் பேறு பெற்றார்.

68. நேச நாயனார்

காம்பீலி என்னும் பழம்பதியில் சாலியர் குலத்திலே தோன்றியவர் நேச நாயனார். ஆடை நெய்யுந் தொழி லினராகிய இவர் சிவனடியார் திருவடிகளைச் சென்னி யிற்கொண்டு போற்றும் புகழுடையார். இவர் தம் மனத்தின் செய்கையைச் சிவபெருமான் திருவடிக்கு ஆக்கி, வாக்கின் செய்கையைத் திருவைந்தெழுத்துக்கு உரியதாக்கி, கைத்தொழிலின் செய்கையைச் சிவனடியார்களுக்கு ஆக்குவாராய் உடையும் கீளும் கோவணமும் நெய்து அடியார்களுக்கு அன்புடன் கொடுத்தவாகிய திருப்பணியினை இடையறாது செய்து இறைவன் திருவடி நிழலில் அமர்ந்து இன்புற்றார்.

69. கோச்செங்கட்சோழ நாயனார்

சோழநாட்டிற் சந்திர தீர்த்தத்தின் அருகில் உள்ள சோலையில் வெண்ணாவல் மரத்தடியில் வெளிப்பட்ட சிவலிங்கத்தைப் பெருந்தவத்தையுடைய வெள்ளை யானை திருமஞ்சனஞ் செய்து மலர் தூவி வழிபாடு செய்தது, அதனால் அவ்விடத்திற்குத் திருவானைக்கா என்ற பெயருண்டாயிற்று. அங்கே மெய்யுணர்விற்சிறந்த சிலந்தி யொன்று இறைவன் திருமுடிமேல் சருகு முதலியன உதிராதபடி தனது வாயின் நூலாற் பந்தரிழைத்து வழிபட்டது. வாய்நீர் நூலால் அமைந்த அப்பந்தர் தூய்மையில்லாதது என யானை சிதைத்தது. சிலந்தி மீளவும் பந்தர் செய்தது. யானை மறுநாளும் அதனைச் சிதைத்துப் போக்கியது. அது கண்டு வெகுண்ட சிலந்தி யானையின் துதிக்கையினுள்ளே புகுந்து கடித்தது. வருத்தம் பொறாத யானை, கையை நிலத்தில் அறைந்து உயிர் துறந்தது. சிலந்தியும் உயிர் துறந்தது. ஆனைக்கா இறைவர் வெள்ளானைக்கு வீடுபேறளித்தார்.

சோழமன்னன் சுபதேவனும் அவன் மனைவி கமல் வதியும் செய்த சிவபுண்ணியத்தின் பயனாகத் தன்னை வழிபட்ட சிலந்தியை அவர்கட்கு மகனாகப் பிறக்கச் செய்தருளினார். ஈன்றதாய் செங்கண்ணனாகிய அக் குழந்தையைக் கண்டு 'என்கோச்செங்கணானோ' என அருமை தோன்ற அழைத்து உடனே உயிர் நீங்கினாள். மன்னன் தன் குழந்தையை வளர்த்து உரிய காலத்தில் நாடாள் வேந்தனாக முடிசூட்டித் தவநெறியைச் சார்ந்து சிவலோகஞ் சார்ந்தான்.

கோச்செங்கட்சோழர் சிவபெருமானது திருவருளினாலே முன்னைப் பிறப்பின் உணர்வோடு நெறி வளரச் சிவாலயங்கள் பலவற்றைக் கட்டுந் திருப் பணியை

மேற்கொண்டார். திருவானைக்காவில் வெண்ணாவல் மரத்தடியில் வீற்றிருந்தருளும் இறைவனுக்குப் பெருந்திருக்கோயில் அமைத்தார். சோழநாட்டின் அகநாடுகள்தோறும் சிவபெருமானுக்கு மாடக்கோயில் அமைத்து நாள்வழிபாடும் திருவிழாவும் சிறப்புற நிகழவேண்டும் நிபந்தங்கள் வகுத்து நாட்டினை நல்ல முறையில் ஆட்சிபுரிந்தார். இறைவன் திருநடம் புரியும் தில்லைப்பதியை யடைந்து பொன்னம்பலவனை வணங்கித் தில்லைவாழந்தணர்களுக்குத் திருமாளிகைகள் கட்டுவித்து மேலும் பல திருப்பணிகளைச் செய்து தில்லையம்பலவாணர் திருவடி நீழலை அடைந்தார்.

சங்க காலச் சோழமன்னராகிய கோச்செங்கட் சோழர் சேரமாள் கணைக்காலிரும்பொறை வென்று சிறைப்படுத்திய பொழுது பொய்கையார் களவழி நாற்பது என்னும் பனுவலைப் பாடிச் சேரனைச் சிறையினின்றும் விடுவித்தார். இவர் பாண்டியர்க்குரிய தென்னாட்டையும் கைக்கொண்டு வேப்பமலர் மாலை சூடி ஆட்சி புரிந்தார் என்பது, 'தென்னவனா யுலகாண்ட செங்கணாற கடியேன்' என்ற திருத்தொண்டத்தொகையாலும் 'நிம்பநறுந் தொங்கற் கோச்செங்கணான்' என வரும் திருத் தொண்டர் திருவந்தாதியாலும் புலனாகும்.

70. திருநீலகண்டயாழ்ப் பாண நாயனார்

இவர் நடுநாட்டிலே திருஎருக்கத்தம்புலியூரிலே பாணர் மரபில் தோன்றியவர். மனைவியார் மதங்க சூளாமணியாருடன் மதுரைத் திருவாலவாய்த் திருக்கோயிலின் முன் நின்று இறைவரது பொருள்சேர் புகழ்ப் பாடல்களை யாழிலிட்டு வாசித்தார். ஆலவாயிறைவர் பாணரைத் திருக்கோயிலின் உள்ளே அழைத்துப் பொற் பலகையிடும்படி அடியார்கட்குப் பணித்தருளப் பாணரும் பொற்பலகையில் ஏறியமர்ந்து உமையொருபாகர் வண்ணங்களை உலகெலாம் அறிய இன்னிசை யாழில் இட்டு வாசித்துப் போற்றினார். திருவாரூரையடைந்த போது ஆரூர்ப்பெருமான் பரணர் உள்ளே வர வட திசையில் வேறொரு வாயில் வகுத்தருள ஆரூர்த் திருமூலட் டானத்து அமர்ந்த இறைவர் திருமுன் யாழிசைத்துப் போற்றினார். காழிப்பதியை யடைந்த திருநீலகண்டப் பெருமானார் திருஞானசம்பந்தப் பிள்ளையாரை வணங்கினார். பிள்ளையார் அருளிய திருப்பதிகங்களை யாழி லிட்டு இசைத்துப் பிள்ளையாரைப் பிரியாதுடனிருக்கும் பேற்றினைப் பெற்றார். திருநல்லூர்ப் பெருமணத்தில் ஆளுடைய பிள்ளையார் திருமணத்தைக் கண்டு மதங்க சூளாமணியாருடன் ஈறில் பெருஞ்சோதியினுள்ளே புகுந்து பேரின்ப வாழ்வு பெற்றார்.

71. சடைய நாயனார்

திருநாவலூரிலே ஆதிசைவ மரபிலே தோன்றியவர் சடையனார். இவர் இசை ஞானியாரை மணந்து உலக மெலாம் மெய்ஞ்ஞானவொளியினைப் பரப்பும் நம்பி யாரூரரை மகவாகப் பெற்று யாவரும் போற்றும் பெருமையை அடைந்தார்.

72. இசைஞானியார்

சடைநாயனாரது திருமனைவியாராகிய இசைஞானி அம்மையார் சைவமுதல்வராகிய ஆளுடைய நம்பியென்னும் சுந்தரமூர்த்தி சுவாமிகளைப் பெற்ற பெருமை வாய்ந்தவர். திருவாரூர் இறைவரை மறவாத நெஞ்ச முடையவர், இவர் திருப்பெயரை ஓதுவோர் சிவஞானம் பெறுவர்.

இவர், கமலாபுரத்தில் (திருவாரூரில்) கௌதம கோத்திரத்தவரான ஞானசிவாசாரியார் என்பவருடைய மகள் என்று திருவாரூர்க் கல்வெட்டிற் குறிக்கப் பெற்றுள்ளார்.

'என்றும் இன்பம் பெருகும் இயல்பினால்
ஒன்று காதலித் துள்ளமும் ஓங்கிட
மன்று ளாரடி யாரவர் வான்புகழ்
நின்ற தெங்கும் நிலவி யுலகெலாம்'.

மாணிக்கவாசகர் வரலாறு

செந்தமிழ்ப் பாண்டிநாட்டிலே திருவாதவூரிலே ஆமாத்திய அந்தணர் குலத்திலே இறைவனருளால் தோன்றியவர் திருவாதவூரர். இளமையிலே எல்லாக் கலைகளையும் பயின்ற வாதவூரரைப் பாண்டியன் தன் அமைச்சராக அமர்த்தித் தென்னவன் பிரமராயன் என்ற சிறப்பளித்துப் பாராட்டினான். வாதவூரர் பாண்டியனுக்கு அமைச்சராய் அறநெறி வழுவாமல் தம் கடமையைச் செய்து வந்தார். ஆயினும் உலகியற் பற்றின்றி மெய்ப்பொருளுணர்த்தவல்ல அருட்குருவை நாடியிருந்தார்.

சோழநாட்டுக் கடற்கரையில் வெளிநாட்டிலிருந்து குதிரைகள் வந்திறங்கிய செய்தியை அறிந்த பாண்டியன் வாதவூரரை அழைத்து நல்ல குதிரைகளை வாங்கி வரும்படி பெரும்பொருள் கொடுத்துப் பரிசனங்களுடன் அனுப்பினான். அங்கயற்கண்ணியுடன் அமர்ந்தருளும் ஆல்வாயிறைவரை வணங்கி மதுரையிலிருந்து புறப்பட்ட வாதவூரர் தென்வெள்ளாற்றின் கரையிலுள்ள திருப் பெருந்துறையை அடைந்தார். அந்நிலையிற் சிவபெருமான் வாதவூரரை ஆட்கொள்ளவேண்டி அந்தணராய்க் குருவடிவந் தாங்கிக் குருந்த மரத்தடியில் எழுந்தருளி மாணாக்கர் பலர்க்கும் சிவஞானப் பொருளை உணர்த்திக் கொண்டிருந்தார். அவ்வழகிய திருக்கோலத்தைக் கண்ட வாதவூரர் குருமூர்த்தியின் திருவடிகளில் வீழ்ந்து வணங்கித் தம்மை ஆண்டு கொண்டருளும்படி வேண்டி நின்றார். குருவாய் எழுந்தருளிய இறைவன் வாதவூரர்க்கு ஞானதீட்சை செய்து திருவைந்தெழுத்தை உபதேசித்தருளினார். குருவருள் பெற்ற வாதவூரர் தம் குருவே சிவமெனக் கொண்டு உடல் பொருள் ஆவியனைத்தையும் ஆசிரியர்க்கு உரிமையாக்கி

உள்ளங்கசிந்துருகி அழகிய மாணிக்க மணி போலும் சொற்களால் இயன்ற திருவாசகச் செழும்பாடல்களைப் பாடிப் போற்றினார். அதனைக் கேட்டு மகிழ்ந்த குருமூர்த்தி மாணிக்கவாசகர் எனப் பெயர் சூட்டித் திருக்கோயிற் பணிசெய்யப் பணித்து அடியார் கூட்டத்துடன் மறைந்தருளினார்.

மாணிக்கவாசகர் துறவுக்கோலந் தாங்கித் தாம் கொண்டுவந்த பொருள்களையெல்லாம் அரன் பணிக்கும் அடியார்க்கும் செலவு செய்தார். குதிரை வாங்கச் சென்ற வாதவூரர் செயலையறிந்த பாண்டியன் 'குதிரையுடன் விரைவில் வருக' என ஓலை போக்கினான். அவ்வோலையைக் கண்டு திகைப்புற்ற வாதவூரர் பெருந்துறைப் பெருமானிடம் சென்று முறையிட்டார். பெருந்துறையிறைவரும் வாதவூரரை நோக்கி 'நாம் ஆவணி மூலத்தில் குதிரைகளைக் கொண்டுவருவோம். நீ முன்னர்ச் செல்க. இம்மாணிக்கக்கல்லை அரசனிடம் கொடுக்க' என்று கூறி ஒரு மாணிக்கக்கல்லையும் கொடுத்து அனுப்பினார்.

அதனைப் பெற்றுக்கொண்டு மதுரையை அடைந்த வாதவூரர் பாண்டியனிடம் அம்மணியைப் பரிசாகத் தந்து ஆவணி மூலத்தில் குதிரை வரும் என்று. கூறினார். பாண்டியனும் மகிழ்ந்திருந்தான். சொல்லியபடி ஆவணிமூலத்தில் குதிரை வாராமை சினமுற்ற பாண்டியன் மாணிக்கவாசகரைச் சிறையிலடைத்துத் துன்புறுத்தினான். அப்போது மணிவாசகர் இறைவன் திருவருளையெண்ணி 'நன்றே செய்வாய் பிழை செய்வாய் நானோ இதற்கு நாயகமே' என்ற மனத்திண்மையுடன் துன்பங்களைப் பொறுத்துக் கொண்டிருந்தார். அந்நிலையிற் பெருந்துறையிறைவர் நரிகளையெல்லாம் பரிகளாக்கித் தாமே குதிரைச் சேவனாக ஆவணி மூலத்தன்று மதுரைக்கு வந்து குதிரைகளைப் பாண்டியனிடம் ஒப்படைத்து மறைந்தருளினார்.

அன்றிரவே வந்த குதிரைகளெல்லாம் நரிகளாக மாறி ஊளையிட்டுப் பழைய குதிரைகளையும் கடித்துத்

துன்புறுத்திக் காடு நோக்கி ஓடின. அதயறிந்து வெகுண்ட பாண்டியன் மாணிக்கவாசகரை வைகைச் சுடுமணலில் நிறுத்தி அவர் முதுகிலும் கைகளிலும் கற்களையேற்றித் தண்டித்தான். மாணிக்கவாசகரது கடுந்துயர் கண்டு திருவுளமிரங்கிய ஆலவாய் இறைவர் வைகையாற்றில் பெருவெள்ளம் பெருகச் செய்தார். அந்நிலையில் மதுரை நகரமக்கள் வீட்டிற்கு ஒவ்வொருவராக வந்து வைகைக் கரையினை விரைந்து அடைக்கும்படி பாண்டியன் கட்டளையிட்டான். பிட்டு விற்று வாழும் செம்மனச் செல்வியாராகிய வந்தியம்மையார் தமக்குரிய பங்கினை அடைத்தற்கு ஆளின்மையால் பெரிதும் வருந்தினார். ஆலவாயிறைவரே மண்வெட்டும் கூலியாளாக வந்து பிட்டுக்கு மண் சுமந்து கரையடைக்கச் சென்றார். தாமும் கரையினையடைக்காமல் மற்றவர் அடைத்த கரையையும் சிதைத்து ஓடித் திருவிளையாடல் புரிந்தார். வந்தியின் பங்குமட்டும் அடைபடாமலிருந்ததைக் கண்ட பாண்டியன் வெகுண்டு ஆவரைப் பிரம்பால் அடித்தான். அடிபட்ட ஆள் ஒரு கூடை மண்ணைக் கொட்டி மறைந்தார். கரை அடைப்பட்டது. வெள்ளமும் தணிந்தது.

அரசன் அடித்த அடி அவன் முதுகிலும் மற்றைய எல்லாவுயிர்கள் முதுகிலும் பட்டது. பாண்டியன் இறைவனது திருவிளையாடலையும் மாணிக்கவாசகரது பெருமையையும் உணர்ந்தான். தான் செய்த பிழைகளைப் பொறுத்தருளும்படி மாணிக்கவாசகரை வணங்கி வேண்டினான். மாணிக்கவாசகர் பாண்டியனை வாழ்த்தி அமைச்சர் பதவியைத் துறந்து திருப்பெருந்துறை திருவுத்தரகோசமங்கை, திருவாரூர். திருவிடைமருது, திருத்தோணிபுரம். திருவண்ணாமலை, திருக்கழுக்குன்றம் முதலிய தலங்களை வணங்கிப் பாமாலைகள் பாடிப் போற்றித் தில்லைப்பதியை அடைந்தார். கூத்தப்பெருமானை நாளும் வழிபட்டுத் திருவாசகப் பாடல்கள் பல பாடியருளினார்.

ஈழத்திலிருந்து வந்த புத்தகுருவை வாதில் வென்று ஊமைப்பெண்ணைப் பேசவைத்தார். புத்தர்கள் சைவராயினர்.

இறைவன் அந்தணராய் மணிவாசகரையணுகி அவர் பாடிய திருவாசகம் முழுவதும் ஓதக் கேட்டு எழுதிக் கொண்டார். கூத்தப்பெருமானைப் பாட்டுடைத் தலைவராகக் கொண்டு அகத்திணைக்கோவை பாடித் தருக எனக் கேட்டுத் திருச்சிற்றம்பலக்கோவையினை மணிவாசகர் பாடிவர, அதனையும் எழுதிக்கொண்டு, மாணிக்க வாசகன் சொல்ல 'அழகிய திருச்சிற்றம்பலமுடையான் எழுதியது' எனக் கையொப்பம் இட்டு அவ்வேட்டினைப் பொன்னம்பலத்தில் திருக்களிற்றுப்படியிலே வைத்து மறைந்தருளினார்.

மறுநாட்காலையில் தில்லைவாழந்தணர்கள் அப் புதிய சுவடியைக் கண்டு வியந்து மாணிக்கவாசகரை அடைந்து அப்பாடல்களுக்குப் பொருள் விரித்தருளும்படி வேண்டினர். தில்லைவாழந்தணர்களுடன் தில்லைப் பெருங்கோயிலையடைந்த திருவாதவூரடிகள் இத்திரு வாசகத்திற்குப் பொருளாவர் தில்லைச்சிற்றம்பலவராகிய இவரே எனச் சுட்டிக்காட்டி அங்குள்ளார் யாவருங்காண அம்பலவாணர் திருவடிச்சோதியில் இரண்டறக் கலந்தார்.

முற்றும்.

★ ★ ★

9 788199 925380